சுபாஷ் சந்திரா

(வாழ்க்கை வரலாறு)

சுபாஷ் சந்திரா

(வாழ்க்கை வரலாறு)

என். சொக்கன்

ZDP
SPECIFICS

Title: Subash Chandra
Author's Name: N Chokkan

Published by ZDP Specifics

ZDP
SPECIFICS

(An imprint of Zero Degree Publishing)
No. 55(7), R Block, 6th Avenue,
Anna Nagar,
Chennai - 600 040

Website: www.zerodegreepublishing.com
E Mail id: zerodegreepublishing@gmail.com
Phone: 89250 61999

ZDP Specifics First Edition: January 2023
ISBN: 978-93-93882-54-7
TITLE NO ZDPS: 47

Cover Design & Layout: Vijayan, Creative Studio

பொருளடக்கம்

1. சந்திப்போமா?

இந்தப் புத்தகத்தினுள் நுழைவதற்கு முன்னால், ஒரு சின்னக் கேள்வி:

சினிமா, தொலைக்காட்சி - இந்த இரண்டில் எது பெரியது என்று நினைக்கிறீர்கள்? எந்தத் தொழிலில் அதிகப் பணம் புரள்கிறது?

தொலைக்காட்சியை, எல்லோரும் 'சின்னத்திரை' என்றுதான் அழைக்கிறார்கள். ஆனால் சினிமாவோ, 'வெள்ளித்திரை', தொலைக்காட்சிப் பிரபலங்களோடு ஒப்பிடுகையில், சினிமாவில் பங்குபெறுகிற நடிகர்கள், கலைஞர்களுக்குக் கிடைக்கும் பணம், மரியாதை, புகழ் மிகப் பெரியது.

ஆக, தொலைக்காட்சியைவிட, சினிமாதான் பெரிய தொழிலாக இருக்கவேண்டும். அப்படித்தானே?

ம்ஹூம், இல்லை. வருடாந்திரக் கணக்குப் பார்த்தால், இந்தியாவில் சினிமாத்துறையின் ஒட்டுமொத்த வருமானத்தை விட, நம் ஊர்த் தொலைக்காட்சிகளில் கிட்டத்தட்ட இரண்டு மடங்கு பணம் புரள்கிறது.

இந்தியாவில் இப்போது இருநூறுக்கும் மேற்பட்ட தொலைக்காட்சி சேனல்கள் ஒளிபரப்பாகிக்கொண்டிருக்கின்றன. அவற்றில்

பெரும்பாலானவை, பொழுதுபோக்கு வகையைச் சேர்ந்தவை. இந்த சேனல்களில் ஒளிபரப்பாகும் திரைப்படத் துணுக்குகள், நாடகங்கள், விளையாட்டுகள், போட்டி நிகழ்ச்சிகள் என ஒவ்வொன்றிலும், ஏகப்பட்ட பணம் புழங்கிக்கொண்டிருக்கிறது.

ஜஸ்ட் இருபது வருடங்களுக்கு முன்னால், நிலைமை இப்படி இல்லை. ஒரே ஒரு சூரியன், ஒரே ஒரு சந்திரன்போல, ஒரே ஒரு தூர்தர்ஷன்தான். சுமாரான தரத்தில், மிகச் சுமாரான நிகழ்ச்சிகள் மட்டும்தான் ஒளிபரப்பாகும், நமக்குப் பிடிக்கிறதோ, இல்லையோ, அதைத்தான் பார்த்தாகவேண்டும், வேறு வழியில்லை.

இப்படி ஒற்றையடிப் பாதையாகத் தடுமாறிக்கொண்டிருந்த இந்தியத் தொலைக்காட்சித்துறை, இன்றைக்கு வெண்ணெயாக வழுக்கும் நெடுஞ்சாலை. நாளுக்கு நாள் புது சேனல்கள் வந்துகொண்டிருக்கின்றன, இவற்றை நம்பிப் பிழைக்கிறவர்களின் எண்ணிக்கை ஆயிரத்திலிருந்து லட்சங்களுக்கு எகிறிக் கொண்டிருக்கிறது.

நமது சமூகத்திலும், தொலைக்காட்சியின் ஆதிக்கம் நாளுக்கு நாள் அதிகமாகிக்கொண்டிருக்கிறது. பெரும்பாலான மக்கள், முக்கியமாக இல்லத்தரசிகள் நாளுக்குச் சில மணி நேரம் தொலைக்காட்சி முன்னாலேயே தவம்கிடப்பதால், அவர்கள் என்ன பொருள் வாங்குவது என்பதில் தொடங்கி, தேர்தலில் யாருக்கு வாக்களிப்பது என்பதுவரை எல்லா விஷயங்களிலும் தொலைக்காட்சியால் தாக்கம் உண்டாக்கமுடியும்.

இதனால், சினிமாவை நம்பித் தொலைக்காட்சி என்பது போய், எந்தப் படம் ரிலீஸானாலும், தொலைக்காட்சி சேனல்கள் அதற்குத் தருகிற முக்கியத்துவம், (இலவச) விளம்பரத்தைப் பொறுத்துதான் படம் ஹிட்டா, அல்லது ஊத்திக்கொள்ளுமா என்பது தீர்மானமாகிறது.

இங்கே மட்டுமில்லை, ஹாலிவுட், பாலிவுட், கோலிவுட் எங்கேயும், தொலைக்காட்சி இன்றி சினிமாவால் வளரமுடியாது என்கிற நிலைமை. அதேபோல், சினிமா இன்றித் தொலைக்காட்சியும் பிழைப்பது சிரமம். இரண்டும் ஒன்றை ஒன்று சார்ந்திருக்கக் கற்றுக்கொண்டுவிட்டன.

இந்தியாவில் இந்தப் புரட்சி எப்படி வந்தது? தூர்தர்ஷன் என்கிற மலைமுழுங்கி மகாதேவனைப் பின்னுக்குத் தள்ளிவிட்டு, இன்றைக்குப் பல தனியார் தொலைக்காட்சிகள் அழுத்தமாகக் காலூன்றியிருக்கிறதே, இந்த அதிசயம் எப்படி நடந்தது?

தொண்ணூறுகளில் தொடக்கத்தில், இந்தப் புரட்சியின் ஆரம்பப் புள்ளியாக இருந்தவர்தான், இன்றைக்கும் இந்தியத் தொலைக்காட்சித் துறையை வழிநடத்தும் முக்கியப் பிரமுகர்களில் ஒருவராகத் தொடர்கிறார். அவர், 'ஜீ' *(Zee)* தொலைக்காட்சியின் நிறுவனர் சுபாஷ் சந்திரா.

சொத்துக் கணக்குப் பார்த்தால், சுபாஷ் சந்திரா ஒரு பெரும் பணக்காரர். இன்னும் பல தலைமுறைகளுக்குப் படுத்துக்கொண்டே சாப்பிட்டுத் தீர்க்கும் அளவுக்கு அவரிடம் செல்வம் சேர்ந்துவிட்டது.

ஆனால், மற்ற பணக்காரர்களுக்கும் சுபாஷ் சந்திராவுக்கும் இடையே உள்ள முக்கியமான வித்தியாசம், என்னதான் சொகுசு காரில் வலம் வந்தாலும், நேர்த்தியான காஸ்ட்லி உடைகளைத் தேர்ந்தெடுத்து அணிந்தாலும், உள்ளுக்குள் அவர் இன்னும் அதே பழைய 'மிடில் க்ளாஸ்' மாதவனாகத்தான் இருக்கிறார்.

முக்கியமான பிஸினஸ் கூட்டங்களில், மற்றவர்கள் ஆக்ஸ்ஃபோர்ட் ஆங்கிலத்தில் பிய்த்து உதறிக்கொண்டிருப்பார்கள். கவனமாகக் கேட்டுக்கொண்டிருக்கும் சுபாஷ் சந்திரா, திடீரென்று வாய் திறந்து பேசும்போது, இயல்பாக அவரிடமிருந்து வந்து விழுபவை, ஹிந்தி வாக்கியங்கள்தான். அதற்காக அவர் வெட்கப்படுவதோ, தன்னுடைய குடும்பப் பின்னணியை மறைத்து, 'நாங்கல்லாம் அந்தக் காலத்தில இங்கிலாந்துப் பிரபு வம்சமாக்கும்' என்று ஜம்பம் அடித்துக்கொள்வதோ கிடையாது.

சில ஆண்டுகளுக்கு முன்புவரை, சுபாஷ் சந்திராவின் முக்கியமான பொழுதுபோக்கு, 'ஜீ' டிவி இல்லை, 'நம்பர் 502' ரக பீடிகள்தான்!

இப்போது சுபாஷ் சந்திரா புகைப்பதில்லை. மனத்தைக் கூர்மையாக்கும் தியானம், உடலைச் சுத்தமாக்கும் டயட் என்று வேறு பாதையில் சென்றுகொண்டிருக்கிறார்.

இன்னொருபக்கம், அவர் தொடங்கிவைத்த 'ஜீ' தொலைக்காட்சி, ஒரு மிகப் பெரிய மீடியா குழுமமாக உருவெடுத்திருக்கிறது. பல்வேறு பொழுதுபோக்கு அம்சங்களின் வாயிலாக, சுபாஷ் சந்திராவின் தொழில் முயற்சிகள் இந்தியர்களின் வாழ்க்கையில் நீக்கமுடியாத ஓர் இடத்தைப் பிடித்துவிட்டன.

இத்தனைக்கும், சுபாஷ் சந்திரா மேனேஜ்மென்ட் வித்தகர், மீடியா மேதையெல்லாம் கிடையாது. அவருடைய வழிநடத்துதலில் இயங்கிக்கொண்டிருந்த 'ஜீ' தொலைக்காட்சி சேனல்களின் நிகழ்ச்சிகள் அனைத்தும் தரமானவை, 'சூப்பர் ஹிட்'கள் என்று சொல்லமுடியாது, சில வெற்றிகள், சில 'சுமார்'கள், பல தோல்விகள் என்று தட்டுத்தடுமாறி முன்னேறி வந்தவர்தான் அவர்.

ஆனால் இன்றைக்கு, இந்தியா முழுவதும் 'ஜீ' குழும சேனல்களைத் தொடர்ந்து பார்க்கும் ரசிகர்களின் எண்ணிக்கை பல கோடி. அதற்குத் தகுந்தபடி, அந்தக் குழுமத்தின் ஒட்டுமொத்த வருமானமும் லாபமும் ஆண்டுக்கு ஆண்டு அதிகரித்துக்கொண்டிருக்கிறது.

இந்தத் துறையில், அதுதான் முக்கியம். ஒரு நிறுவனம் எத்தனைமுறை விழுந்தது, மீண்டும் எப்படி எழுந்தது என்பதையெல்லாம்விட, இப்போது அது எப்படிச் சம்பாதித்துக் கொண்டிருக்கிறது என்பதைத்தான் இங்கே கவனிக்கிறார்கள். பெரும்பான்மை மக்களை ஈர்த்து, விளம்பரதாரர்களின் கணிசமான வரவேற்பைப் பெறுவதுதான் ஒரு குழுமத்தின் வெற்றி அடையாளம்.

அந்த வகையில், சுபாஷ் சந்திராவின் சாதனைகள் மிக முக்கியமானவை. தொலைக்காட்சி என்கிற காட்சி ஊடகத்தைப் புரிந்துகொண்டு, அதை அடிப்படையாக வைத்து ஜெயிக்கத் தெரிந்துகொண்ட கில்லாடி அவர்.

இத்தனை வெற்றிகளும், அவருக்குச் சுலபத்தில் கிடைத்துவிட வில்லை. மிகவும் சிரமப்பட்டு, பல தடைகளுக்கு நடுவே தன்னுடைய கடின உழைப்பின்மூலம் முன்னேறிவந்தவர் சுபாஷ் சந்திரா.

இந்தப் பயணத்தின்போது, அவர் சந்தித்த சரிவுகள் ஏராளம். பலமுறை, 'அவ்வளவுதான், இனிமேல் இந்த ஆள் தேறமாட்டார்' என்று எல்லோரும் அவரைக் கைவிட்டு வேறு வேலையைப் பார்க்கச் சென்றுவிட்டார்கள்.

அப்போதும், சுபாஷ் சந்திரா நம்பிக்கை இழக்கவில்லை. எத்தனை பெரிய சரிவிலிருந்தும் அவரால் மீண்டு வரமுடிந்தது. முதல் நிலையிலிருந்து, இரண்டு, மூன்றாம் இடத்துக்குத் தள்ளப்பட்ட 'ஜீ' தொலைக்காட்சியை, படிப்படியாக மீண்டும் அதே முதல் இடத்துக்குக் கொண்டுவந்த அபூர்வமான வெற்றிக் கதை அவருடையது.

ஆனால், பலரும் நினைப்பதுபோல், 'ஜீ' ஒன்றுமட்டும் சுபாஷ் சந்திராவின் அடையாளம் இல்லை. ஒரே நேரத்தில் பல்வேறு தொழில்களில் ஈடுபட்டு வெற்றிக் கொடி நாட்டியிருப்பவர் அவர். தொலைக்காட்சி ஊடகத்தின்மூலம் அவர் சம்பாதிக்கும் தொகை, அவருடைய மொத்த வருமானத்தில் சுமார் ஐந்தில் ஒரு பங்குதான்.

யார் இந்த சுபாஷ் சந்திரா? எங்கிருந்து வந்தார்? எப்படி முன்னேறினார்? என்னென்ன தொழில்களில் ஈடுபட்டிருக்கிறார்? எது தேறியது? எது தவறியது? இப்போது அவர் எங்கே சென்றுகொண்டிருக்கிறார்?

அந்தக் கதை, சுபாஷ் சந்திராவின் தொலைக்காட்சி சேனல்களில் ஒளிபரப்பாகும் 'மெகா சீரியல்'களையெல்லாம்விடச் சுவாரஸ்யமானது!

2. கண்மணிப் பூங்கா

நம் நாட்டில், அநேகமாக எல்லா ஊரிலும், ஓர் அரிசி மண்டி இருக்கிறது.

மூட்டைகளோடு மூட்டையாக உட்கார்ந்திருக்கும் வியாபாரிகள், எந்நேரமும் பணத்தை எண்ணிக்கொண்டிருப்பார்கள். ஓய்ந்த நேரத்தில், 'அந்த மூட்டையை எடுத்து அந்தப் பக்கம் அடுக்கு' என்பதுபோல் வேலையாள்களை அதட்டிக்கொண்டிருப்பார்கள்.

முதலாளிக்குச் சற்று வயதானபிறகு, அவருடைய மகன் பதவிக்கு வருவான். அதே நாற்காலியில் உட்கார்ந்தபடி, அதே மூட்டைகளை வியாபாரம் செய்துகொண்டிருப்பான், அடுத்தடுத்த தலைமுறைகளுக்கும் இதே வியாபாரம்தான் பரம்பரைச் சொத்து.

இந்தச் சுழற்சிக்கு முடிவு என்பது உண்டா? அரிசி மண்டி வியாபாரியின் மகன், அதற்குச் சம்பந்தமே இல்லாத வேறொரு தொழிலில் இறங்கி ஜெயிக்கமுடியுமா?

1926ம் ஆண்டு, ஒகாரா (Okara) என்ற ஊரைச் சேர்ந்த ராம்கோபால், தன்னுடைய மூத்த மகன் ஜெகன்னாத்துடன் இணைந்து ஒரு வியாபார நிறுவனத்தைத் தோற்றுவித்தார். அதன் பெயர், '*Ramgopal Inderprasad*'.

பந்தாவான பெயரெல்லாம் சும்மா உப்புக்குச் சப்பாணிதான். உண்மையில் அது ஓர் அரிசிக் கடை. சுற்றுவட்டாரங்கள், அக்கம்பக்கத்து ஊர்களில் அரிசி, மற்ற தானியங்களை விற்பனை செய்து சம்பாதிக்கத் தொடங்கினார் பெரியவர் ராம்கோபால்.

அன்றைய இந்தியாவில், விவசாயத்துக்குப் பெயர் பெற்ற ஊர் ஒகாரா. ஆகவே, அரிசி, கோதுமை, தானியங்களெல்லாம் குறைவின்றிக் கிடைத்தன. வியாபாரமும் நன்றாக நடந்தது.

1947ம் ஆண்டு இந்தியாவுக்குச் சுதந்திரம் கிடைத்தபோது, ஒகாரா பாகிஸ்தானுடன் சேர்ந்துவிட்டது. ராம்கோபால், ஜெகன்னாத் குடும்பம் புதிய இந்தியாவின் ஹரியானா மாநிலத்தில் குடியேறியது.

இங்கேயும், அவர்களுடைய பழைய தானிய வியாபாரம் தொடர்ந்தது. கூடுதலாக, பருத்தி ஆலைத் தொழிலிலும் ஈடுபட்டார்கள். ராம்கோபால், ஜெகன்னாத் கோயங்காவைத் தொடர்ந்து, அவருடைய மகன் நந்த்கிஷோரும் இதே தொழிலில் இறங்கினார்.

நந்த்கிஷோரின் மனைவி பெயர், தாரா தேவி. அப்போது அவர்கள் ஹரியானா மாநிலம் ஹிஸ்ஸார் மாவட்டம், ஆதம்பூர் மண்டி என்ற கிராமத்தில் வசித்துக்கொண்டிருந்தார்கள்.

1950ம் ஆண்டு நவம்பர் 30ம் தேதி, நந்த்கிஷோர் - தாரா தேவி தம்பதியருக்கு ஓர் ஆண் குழந்தை பிறந்தது. தங்களுடைய மூத்த மகனுக்கு, 'சுபாஷ் சந்திரா' என்று பெயர் சூட்டினார்கள்.

அதன்பிறகு, அவர்களுக்கு இன்னும் மூன்று மகன்கள் (லஷ்மி கோயல், ஜவஹர் கோயல், அசோக் கோயல்), மூன்று மகள்கள் (குஸூம், ஊர்மிளா, மோகினி) பிறந்தார்கள். அரிசி வியாபாரத்தில் நல்ல வருமானம் என்பதால், எல்லாக் குழந்தைகளையும் நல்லபடியாக வளர்க்கமுடிந்தது.

மார்வாரி சமூகத்தைச் சேர்ந்த நந்த்கிஷோரின் குடும்பம், அத்தனை வசதிகளுக்கு மத்தியிலும் எளிமையாக வாழப் பழகியிருந்தது. அவர்களுடைய வீட்டில், பழைய கலாசாரங்கள், பழக்கவழக்கங்களுக்குத் தனி மரியாதை.

இதனால், கொள்ளுத்தாத்தா ராம்கோபால் காலத்திலிருந்து தொடரும் அரிசி மண்டித் தொழில்தான் சுபாஷ் சந்திராவுக்கும் என்பது, அவருடைய சிறுவயதிலேயே நிச்சயமாகிவிட்டது. நந்த்கிஷோரும், மகனைத் தன்னுடைய தொழில் வாரிசாகவே நினைத்து வளர்த்தார்.

ஆனால் சுபாஷுக்கு, எஞ்சினியராகவேண்டும் என்று ஆசை. அந்தக் கனவுடன்தான் அவன் தினசரி பள்ளிக்குச் சென்றுவந்துகொண்டிருந்தான்.

நான்காம் வகுப்புவரை ஆதம்பூர் மண்டியில்தான் படித்தான் சுபாஷ் சந்திரா. அதன்பிறகு, அவன் ஹிஸ்ஸார் நகரத்தில் தாத்தா ஜெகன்னாத் கோயங்காவுடன் தங்கிப் படிக்கவேண்டியிருந்தது.

ஹிஸ்ஸார், சுபாஷ் சந்திராவின் எஞ்சினியரிங் கனவுகளை ஊதி வளர்த்தது. எப்படியாவது இந்தக் 'குடும்பத் தொழில்' சங்கிலியிலிருந்து விடுபட்டு, வேறொரு துறையில் ஜெயிக்கவேண்டும் என்று தீவிரமாக நினைக்கத் தொடங்கினான் அவன்.

ஆனால் வீட்டில், சூழ்நிலை அவனுக்குச் சாதகமாக இல்லை. எல்லோரும், சுபாஷை 'வருங்கால முதலாளி'யாகத்தான் பார்த்தார்கள், நேரம் கிடைக்கும்போதெல்லாம், அவனுக்குத் தொழில் விவகாரங்களை லேசுபாசாகச் சொல்லித்தர ஆரம்பித்தார்கள்.

சுபாஷுக்கு இதிலெல்லாம் சுத்தமாக ஆர்வம் இல்லை. தன்னுடைய படிப்பில்மட்டும் முழு கவனம் செலுத்த விரும்பினான் அவன். பின்னே, எஞ்சினியராவது என்றால், சும்மாவா?

தாத்தா ஜெகன்னாத் கோயங்காவுக்கு, பேரனின் மனப்போக்கு புரிந்திருக்கவேண்டும், இவனை இப்படியே விட்டால் சரிப்படாது என்று முடிவெடுத்த அவர், அவன் போக்கிலேயே சென்று சுபாஷுக்குத் தொழில் சமாசாரங்களைப் புகட்டிவிடவேண்டும் என்று தீர்மானித்தார்.

அப்போது அவர் தானியங்கள் விற்பனை, பருத்தி ஆலைத் தொழில்களுடன், வட்டிக்குக் கடன் தரவும் ஆரம்பித்திருந்தார்.

விவசாயிகள் தங்களுடைய தானியங்களை, மற்ற பொருள்களை அவரிடம் அடகு வைத்துவிட்டு, ஒரு மூட்டைக்கு இவ்வளவு என்று பணம் வாங்கிக்கொண்டு செல்வார்கள். பிறகு அதை வட்டியோடு திருப்பித் தந்து, மூட்டைகளைத் திரும்பப் பெற்றுக்கொள்வார்கள்.

இந்தத் தொழில் விஷயமாக, ஜெகன்னாத் கோயங்கா அடிக்கடி பலருக்குக் கடிதம் எழுதவேண்டியிருந்தது. இந்த வேலைக்குப் பேரன் சுபாஷ் சந்திராவைப் பயன்படுத்திக்கொள்ளத் தீர்மானித்தார் அவர்.

சுபாஷ் பள்ளியிலிருந்து வந்தது, 'ஏ பையா, இங்கே வா' என்று மெதுவாகக் கூப்பிடுவார் அவர்.

'என்ன தாத்தா?'

'நீ பள்ளிக்கூடத்தில ஒழுங்காப் படிக்கிறியான்னு ஒரு பரீட்சை வைக்கப்போறேன், நான் சொல்ற விஷயத்தை அப்படியே இந்தத் தாள்ல எழுது, பார்க்கலாம்.'

சிறுவன் சுபாஷுக்கு, இது பிஸினஸ் விவகாரம் என்பது தெரியாது. அவன் பாட்டுக்கு உட்கார்ந்து, தாத்தா சொல்வதைக் கடிதமாக எழுதித் தருவான்.

இப்படி தினமும் தொடர்ந்து பயிற்சி கொடுத்ததில், கொஞ்சம் கொஞ்சமாக அவனுக்கு வியாபார விஷயங்கள் புரியத் தொடங்கின. ஒருவருக்குக் கடன் கொடுத்தால், அதை எப்படி வசூலிப்பது, இன்னொருவர் நமக்குக் கடன் கொடுக்கவேண்டியிருந்தால், எப்படிப் பணிவோடு எழுதிக் கேட்பது, மற்ற வியாபாரிகள், அதிகாரிகளுக்கு எழுதும்போது என்னமாதிரி எழுதவேண்டும் என்றெல்லாம் தெரிந்துகொண்டான் அவன்.

ஆனால், இதையெல்லாம் பயன்படுத்தித் தொழில் செய்யவேண்டும் என்கிற ஆர்வம்மட்டும் அவனுக்குள் இல்லை. அவன்தான் எஞ்சினியரிங் கனவுகளில் மூழ்கியிருந்தானே.

பள்ளிப் படிப்பை முடித்த சுபாஷ் சந்திராவுக்கு, அவன் ஆசைப்பட்டதுபோல் பொறியியல் கல்லூரியில் இடம்

கிடைத்தது. சந்தோஷமாகக் காலேஜில் சேர்ந்து படிக்கத் தொடங்கினான்.

இன்னும் சில வருடங்கள்தான், தான் ஆசைப்பட்டபடி ஓர் எஞ்சினியராகிவிடலாம் என்று அவன் கற்பனையில் மிதந்துகொண்டிருந்த நேரம், ஓர் அதிர்ச்சி அவனைத் தாக்கியது.

அவனைமட்டுமில்லை, கோயங்கா குடும்பத்தையே அடித்துச் சாய்த்துப் படுகுழியில் தள்ளிவிட்ட சம்பவம் அது. அந்த அசம்பாவிதம், சுபாஷின் வாழ்க்கையைத் தலைகீழாகப் புரட்டிப்போட்டுவிட்டது.

3. சவால்

தொழில் என்று வந்தாலே, லாபமும் நஷ்டமும் சகஜம்தான்.

இந்த விஷயம், தொழிலதிபர்களுக்குத் தெரியும். அவர்களை நம்பியிருக்கிற குடும்பங்களுக்கு? அங்கே கனவுகளுடன் காத்திருக்கிற சின்னப் பையன்களுக்கு?

சுபாஷின் தாத்தா ஜெகன்னாத் கோயங்காவும், அப்பா நந்த்கிஷோர் கோயங்காவும் தங்களுடைய தொழிலை வளர்ப்பதற்காக நிறையக் கடன் வாங்கிவிட்டார்கள். அந்தப் பணத்தைப் பயன்படுத்திச் செய்த முதலீடுகள் அனைத்தும், பெரும் நஷ்டத்தில் முடிந்தன.

இதனால், நன்கு வசதியாக வாழ்ந்துகொண்டிருந்த அவர்களுடைய குடும்பம், ஒரே நாளில் வீதிக்கு வந்துவிட்டது. அவர்களின் சொத்து மதிப்பு, பூஜ்ஜியம்கூட இல்லை, அதற்குக் கீழே மைனஸுக்குச் சென்றுவிட்டது.

இத்தனை நாள்களாக, ஜெகன்னாத் கோயங்காவை நம்பிப் பணமாகவும் பொருளாகவும் கடன் கொடுத்துக் கொண்டிருந்தவர்கள், இப்போது அவற்றைத் திரும்பக் கேட்டு நெருக்கத் தொடங்கினார்கள். இப்படி அவர்கள் திருப்பித் தரவேண்டிய தொகையைக் கணக்குப் பார்த்தபோது, நான்கு லட்சத்தைத் தாண்டி, ஐந்துக்குப் பக்கத்தில் வந்து நின்றது.

நான்கைந்து லட்சம் என்பது, இந்தக் காலத்திலேயே பெரிய தொகை. அப்படியென்றால், ஐம்பது ஆண்டுகளுக்கு முன்னால் நிலைமை எப்படி இருந்திருக்கும் என்று யோசித்துக்கொள்ளுங்கள்.

அத்தனை பெரிய தொகையைத் திருப்பிச் செலுத்தவேண்டும் என்கிற கட்டாயம் வந்தபோது, ஜெகன்னாத் கோயங்காவுக்கு வேறு வழியே இல்லை. வீட்டில் எல்லாச் செலவுகளையும் குறைத்தாகவேண்டும், சிக்கனம் பேணவேண்டும், பட்டினி கிடந்தாலும் தப்பில்லை, பேசியபடி பணத்தைத் திருப்பிச் செலுத்தவேண்டும்.

ஜெகன்னாத் கோயங்கா, பேரன் சுபாஷிடம் அடிக்கடி சொல்லும் விஷயம் இதுதான், 'சுபாஷ், பணம் இன்றைக்கு வரும், நாளைக்குப் போகும், அதில் நஷ்டப்பட்டால் பரவாயில்லை, இன்னொரு நாள் சம்பாதித்துக்கொள்ளலாம்.'

'ஆனால், ஒருவருக்கு நாம் கொடுத்த வாக்கு அப்படியில்லை, அது நெருப்புமாதிரி, ஒருமுறை சொல்லிவிட்டால், அதிலிருந்து பின்வாங்கவே கூடாது, கொடுத்த வாக்குறுதியை எப்படியாவது காப்பாற்றியே தீரவேண்டும், அது முடியாது என்றால், வாக்குக் கொடுக்கவே கூடாது.'

தாத்தா இப்படிச் சொல்லும்போதெல்லாம், பெரிதாகத் தலையாட்டிக் கேட்டுக்கொண்டிருப்பார் சுபாஷ். அந்தச் சின்ன வயதில், இதன் முக்கியத்துவம் அவருக்கு முழுசாகப் புரியவில்லை. ஆனால், அந்தக் கருத்துமட்டும் மனத்தில் அழுத்தமாகப் பதிந்துவிட்டது. ஆனால் இப்போது, தாத்தாவின் அதே கொள்கை, அவருடைய எஞ்சினியரிங் கனவுகளுக்கு வேட்டு வைக்கும் சூழ்நிலை.

வாங்கிய கடனை ஒழுங்காகத் திருப்பிச் செலுத்தவேண்டும் என்பதற்காக, எல்லா விஷயங்களிலும் தீவிரச் சிக்கன நடவடிக்கைகளை அமல்படுத்தியிருந்த தாத்தா ஜெகன்னாத் கோயங்கா, சுபாஷைக் கூப்பிட்டார், 'சுபாஷ், இனிமேல் உன்னுடைய கல்லூரிக் கட்டணத்தை என்னால் செலுத்த முடியாது, உன்னை எஞ்சினியரிங் படிக்கவைக்கும் அளவுக்குக் குடும்பத்தில் வசதியில்லை.'

அப்படியானால்? என்ன அர்த்தம்? சுபாஷ் சந்திரா திகைத்துப் போய் நின்றிருந்தார். 'வேறு வழியே இல்லை சுபாஷ், உன்னைக் கல்லூரியிலிருந்து நிறுத்திவிடப்போகிறோம்.'

அப்போது சுபாஷுக்கு இருபது வயதுகூட நிறைந்திருக்கவில்லை. அந்தச் சிறிய வயதில், குடும்பக் கஷ்டத்தைப் புரிந்துகொண்டு, தன்னுடைய கனவுகளைத் தியாகம் செய்யும் அளவுக்கு அவருக்கு மனப்பக்குவம் இருந்ததா, தெரியவில்லை.

ஆனால், தாத்தாவின் முடிவை ஏற்றுக்கொள்வதுதவிர, அவருக்கும் வேறு வழி இருக்கவில்லை. ஏமாற்றத்தை மென்று விழுங்கிக்கொண்டு, கல்லூரியிலிருந்து விலகினார்.

நன்றாகப் படித்துக்கொண்டிருந்த ஒரு பையன், இப்படிப் படிப்பைப் பாதியில் நிறுத்துவதே பெரிய சோகம். அதைவிடப் பெரிய சோகம், இதுவரை படித்ததையெல்லாம் மறந்துவிட்டு, இப்போது அவர் வேறொரு வேலைக்குச் செல்லவேண்டும்.

என்ன வேலை? அது யாருக்கும் தெரியவில்லை. ஆனால், ஏதேனும் செய்து அவர் குடும்பத்தைக் காப்பாற்றியாகவேண்டும். ஒரு ரூபாய், இரண்டு ரூபாய் இல்லை, லட்சக்கணக்கில் கடன் இருக்கிறது. அத்தனையையும் வட்டியோடு திருப்பிச் செலுத்துவதற்கு எத்தனை வருடம் ஆகுமோ தெரியாது. இப்போதைக்கு, கையில் ஒரு பைசா இல்லை. துளி மூலதனம்கூட இல்லாமல், எந்தத் தொழிலில் ஈடுபடமுடியும்?

கஷ்டம்தான். ஆனால், சுபாஷ் சந்திரா இந்தச் சவாலை மனமார ஏற்றுக்கொண்டார். ‘நான் கடினமாக உழைக்கத் தயார், என்னால் முடிந்ததை முயற்சி செய்து பார்க்கிறேன்’ என்று தாத்தா, தந்தையிடம் சொன்னார்.

அவர்களுக்கு, சுபாஷின் மன உறுதி பிடித்திருந்தது. ஆனால், பதினேழு வயதுப் பையன், என்ன பெரிய தொழிலில் ஈடுபட்டுவிடமுடியும்? சுபாஷால் ஜெயிக்கமுடியும் என்று அவர்களுக்குச் சுத்தமாக நம்பிக்கை இல்லை.

‘எனக்கு ஒரே ஒரு வாய்ப்புக் கொடுங்கள்’ என்று அவர்களிடம் கெஞ்சாத குறையாகக் கேட்டார் சுபாஷ் சந்திரா. தன்னால் ஏதேனும் புதுசாகச் செய்யமுடியும், வெற்றிபெறமுடியும் என்று அவருக்கு உறுதியாகத் தோன்றிக்கொண்டிருந்தது. இத்தனைக்கும், அப்போது அவர் கையில் பத்துப் பைசாகூட இல்லை. தலைமேல் மலையளவு கடன். ஆகவே, ‘புதுத்

தொழில் செய்யப் போகிறேன், இன்னும் கடன் கொடுங்கள்' என்று யாரையும் உதவி கேட்கமுடியாது. எதிர்காலம் எப்படி இருக்கப்போகிறது என்பதற்கான சுவடுகூடத் தெரியவில்லை.

ஆனாலும், சுபாஷ் மனம் தளரவில்லை. 'எனக்குள்ளே ஒரு நெருப்பு எரிந்துகொண்டிருந்தது, அந்தச் சூழ்நிலையிலும்கூட, என்னால் எதையும் செய்யமுடியும், எத்தனை பெரிய உயரங்களையும் எட்டமுடியும் என்று உறுதியாக நம்பினேன்' என்று பின்னர் ஒரு பேட்டியில் குறிப்பிட்டார் அவர்.

இது, வெறும் அசட்டு நம்பிக்கை இல்லை. மிகச் சிறிய வயதிலிருந்தே, தெளிவாகச் சிந்திக்கவும், தன்னை நம்பவும் கற்றுக்கொண்டிருந்தார் சுபாஷ் சந்திரா.

அவர்களுடைய ஆதம்பூர் மண்டி கிராமத்தில், நந்த்கிஷோர் கோயங்காவின் குடும்பத்துக்கு நல்ல மரியாதை, செல்வாக்கு உண்டு. பல முக்கியமான சமூகப் பணிகளில் ஈடுபட்டுவந்த அவர்கள், தங்களுடைய ஊருக்கு வரும் பிரமுகர்கள், விருந்தினர்கள் தங்குவதற்காகச் சத்திரம் போன்ற ஓர் அமைப்பை ஏற்படுத்தியிருந்தார்கள்.

சுபாஷின் வீட்டுக்கு அருகே இருந்த இந்தச் சத்திரத்தில், பல சாதுக்கள், துறவிகள் வந்து தங்கியிருக்கிறார்கள். அவர்களுடன் பழகி, அவர்களுக்குப் பணிவிடைகள் செய்கிற அபூர்வமான வாய்ப்பு, சிறுவன் சுபாஷுக்கு அடிக்கடி கிடைத்தது.

இந்த நேரத்தில்தான், அவருக்கு வாழ்க்கைபற்றிய பல தத்துவார்த்தமான சிந்தனைகள் தோன்ற ஆரம்பித்தன. வாழ்க்கையைத் துறந்த அந்த மனிதர்களிடம் பேசப் பேச, நான் யார்? இந்த பூமியில் எதற்காகப் பிறந்தேன்? என்ன சாதிக்கப்போகிறேன்? என்னுடைய வாழ்க்கையின் பலன் என்ன? - இப்படிப் பல கேள்விகள் அவருக்குள் சுற்றிவந்தன.

இத்தனைக்கும், அப்போது சுபாஷுக்கு வயது ஐந்தோ, ஆறோதான். ஆனால் அப்போதே, தன்னுடைய வயதுக்கு மீறிய முதிர்ச்சியுடன் சிந்திக்கத் தொடங்கியிருந்தார் அவர்.

அந்த மனோதிடம்தான், இப்போது அவருக்குக் கைகொடுத்தது. எஞ்சினியரிங் இல்லை என்றதும் சில நாள்களுக்கு விட்டத்தைப்

பார்த்துக்கொண்டு உட்கார்ந்திருந்தவர், ஒருவழியாக மனத்தைத் தேற்றிக்கொண்டு 'இனிமேல் என்ன' என்பதுபற்றி யோசிக்கத் தொடங்கிவிட்டார். அடுத்த சவாலுக்குத் தயாராகிவிட்டார்.

அத்தனை நாள்களாக, தொழில்துறையில் ஈடுபடவேண்டும் என்று சுபாஷ் சந்திராவுக்கு எந்த ஆசையும் இல்லை. ஆனால் இப்போது, அதுதான் ஒரே வழி என்றாகிவிட்டபிறகு, தன்னுடைய தாத்தாவையே வழிகாட்டியாக ஏற்றுக்கொண்டு களத்தில் குதித்துவிட்டார் அவர்.

ஏற்கெனவே, பேரனுக்குத் தொழில் விவகாரங்களைக் கொஞ்சம் கொஞ்சமாகக் கற்றுக்கொடுத்துக்கொண்டிருந்தவர் ஜெகன்னாத் கோயங்கா. இப்போது, அதுவே அவருடைய முழுநேர வேலையாகிவிட்டது.

தாத்தாவுடன் சேர்ந்து வேலை பார்க்கத் தொடங்கியபிறகுதான், சுபாஷ் சந்திராவுக்கு ஜெகன்னாத் கோயங்காவின் ஆளுமை முழுவதுமாகப் புரியத் தொடங்கியது. இந்த எளிய மனிதருக்கு எத்தனை விஷயங்கள் தெரிந்திருக்கிறது, இதையெல்லாம் இவர் எங்கே, யாரிடம், எப்படிக் கற்றுக்கொண்டார்? நினைக்க நினைக்க சுபாஷுக்கு ஆச்சர்யம் தாங்கவில்லை.

ஜெகன்னாத் கோயங்காவுக்கு, புத்தகப் படிப்பைவிட, அனுபவ அறிவு அதிகம். எதற்காகவும் அதிகம் உணர்ச்சிவயப்படாமல், எதார்த்தமாக, தர்க்கரீதியில் சிந்தித்து முடிவெடுக்கக்கூடிய மனிதர் அவர். உதாரணமாக, அவருக்குத் தெரிந்த நண்பர்கள், உறவினர்கள் வீட்டில், கல்யாண வயதில் யாரேனும் பெண்ணோ, பையனோ இருந்தால் போதும், உடனடியாக அவர்களைப்பற்றிய தகவல்கள், ஜாதகப் புள்ளிவிவரங்களையெல்லாம் கவனமாகக் கேட்டுக் குறித்துக்கொள்வார் ஜெகன்னாத் கோயங்கா.

இப்படிக் குறித்துவைத்த தகவல்களின் அடிப்படையில், எந்தப் பையனுக்கு எந்த வீட்டுப் பெண் பொருத்தமாக இருக்கும் என்று அவரே தீர்மானிப்பார், அந்த விவரத்தை இரு வீட்டாருக்கும் சொல்லி, பெண் பார்க்கும் படலத்துக்கு அவரே ஏற்பாடு செய்வார். அதோடு தன் கடமை முடிந்தது என்று அவர் சும்மா இருந்துவிடுவதில்லை. பெண் பார்க்கும் தினத்தன்று

காலை, ஜெகன்னாத் கோயங்கா அந்தப் பெண்ணின் வீட்டுக்கு நேரிலேயே சென்றுவிடுவார்.

எதற்கு? பெண் பார்க்கும் படலத்துக்கான ஏற்பாடுகளை மேற்பார்வையிடுவதற்கா? அல்லது, கேசரி, பஜ்ஜி, சொஜ்ஜியை சாம்பிள் பார்ப்பதற்கா?

ம்ஹூம், இல்லை. இது கொஞ்சம் வேறுமாதிரியான விவகாரம்.

அந்த வீட்டில் இருக்கும் சிறுவயதுப் பெண்கள் எல்லோரையும், ஒரே இடத்துக்கு வரச்சொல்வார் ஜெகன்னாத் கோயங்கா. அவர்களில் யாரேனும், திருமணப் பெண்ணைவிட அழகாக இருக்கிறார்களா என்று கவனமாகப் பார்வையிடுவார்.

அப்படி யாரேனும் தென்பட்டால், 'இதோ பாரும்மா, அக்காவைப் பெண் பார்க்க வர்றாங்க, அந்த நேரத்தில நீ இங்கே இருக்கவேண்டாம், எங்கயாவது வெளிய போய்ட்டு, அப்புறமாத் திரும்பி வா' என்று வெளியே அனுப்பிவிடுவார் ஜெகன்னாத் கோயங்கா.

இந்த விஷயத்தைப் பெண்ணியவாதிகள் கேட்டால் உதைக்க வருவார்கள். ஆனால், அதுதான் ஜெகன்னாத் கோயங்காவின் அனுபவ அறிவு. வருகிற மாப்பிள்ளைப் பையனை அநாவசியமாக ஏன் குழப்ப வேண்டும்? அவன் பார்க்கிற பெண்ணைவிட அழகாக அதே வீட்டில் இன்னொரு பெண் தென்பட்டால், அவன் இந்தப் பெண்ணை நிராகரித்துவிடுவானே, அப்படி ஒரு கவனச் சிதறலுக்கு இடமளிக்காமல், அந்த இன்னொரு பெண்ணை வெளியே அனுப்பிவிடுவதுதான் எல்லோருக்கும் நல்லது.

இதெல்லாம் தாத்தாவுக்கு எப்படித் தெரிகிறது என்று சுபாஷ் சந்திராவுக்குப் புரியவில்லை. ஆனால், தாத்தாவின் நுட்பத்தில் நூறில் ஒரு பங்கு நமக்குக் கிடைத்தால்கூடப் போதும், நாம் எங்கேயோ போய்விடலாம் என்பதுமட்டும் சுபாஷுக்கு நன்றாகத் தெரிந்திருந்தது.

'என்னுடைய அடிப்படைத் தொழில் அறிவில் பெரும்பகுதி, எனது தாத்தா ஜெகன்னாத் கோயங்காவிடம் கற்றுக்கொண்டதுதான்' என்று பலமுறை குறிப்பிட்டிருக்கிறார் சுபாஷ் சந்திரா.

இப்போதும், தன்னுடைய அலுவலக மேஜைமேல், மானசீகக் குருநாதரான தாத்தாவின் படத்தைத்தான் வைத்திருக்கிறார்.

முழுநேரமாகத் தொழிலில் இறங்கியபிறகு, தாத்தாவிடம் சுபாஷ் கற்றுக்கொண்ட முக்கியமான விஷயம், மனிதர்களைப் படிப்பது!

வாடிக்கையாளர்கள், கூட்டாளிகள், சப்ளையர்கள், அதிகாரிகள், அரசியல்வாதிகள் என்று யாரைச் சந்தித்தாலும், அவர்களை ஒரு புத்தகம்போல் வாசித்துவிடக் கற்றுக்கொண்டிருந்தார் ஜெகன்னாத் கோயங்கா. அவர்கள் என்ன பேசுகிறார்கள், உண்மையில் மனத்துக்குள் என்ன நினைக்கிறார்கள், இவர்களை நம்பலாமா, கூடாதா என்பதையெல்லாம், சில விநாடிகளுக்குள் அவரால் துல்லியமாகத் தீர்மானித்துவிடமுடிந்தது.

‘ஒருவருடைய கண்ணைப் பார்த்துப் பேசினாலே போதும், அவருடைய உள்நோக்கம் என்ன என்பதைப் படித்துவிடலாம்’ என்று சொன்ன ஜெகன்னாத் கோயங்கா, இந்த நுணுக்கங்களை சுபாஷுக்கும் சொல்லிக்கொடுத்தார். அதன்பிறகு, சுபாஷ் சந்திராவால் முன்பைவிட அதிகக் கவனம், எச்சரிக்கையுடன் தொழில் விவகாரங்களில் ஈடுபடமுடிந்தது.

அதேபோல், ‘தவறான வழியில் பணம் சேர்ப்பது பாவம்’ என்றார் ஜெகன்னாத் கோயங்கா, ‘தப்பான பணத்தைச் சாப்பிட்டு வளர்வது, மிகப் பெரிய அவமானம்’ என்று அவர் சொல்லித்தந்த கருத்து, இன்றுவரை தன்னைச் சரியான பாதையில் வழிநடத்துவதாகச் சொல்கிறார் சுபாஷ் சந்திரா.

சிறுவயதிலிருந்தே, சுபாஷின் வீட்டில் பெரியவர்கள் எல்லோரும் பிஸினஸ் விஷயங்களை சகஜமாகப் பேசிக்கொள்வார்கள். எந்தத் தொழிலில் எவ்வளவு வருமானம், லாபத்தைப் பெருக்குவதற்கு என்ன செய்யவேண்டும், செலவுகளைக் குறைப்பதற்கு என்ன வழி, பணத்தை மிச்சப்படுத்துவது எப்படி, விற்பனையை எப்படி அதிகரிக்கலாம் என்றெல்லாம் அவர்கள் பேசிக்கொள்வது, இப்போது சுபாஷுக்குத் தெளிவாகப் புரிய ஆரம்பித்தது. இதுபோன்ற பேச்சுகளில் அவரும் ஆர்வத்துடன் பங்கேற்றார்.

வெறுமனே பேசுவதுடன் நிறுத்திவிடவில்லை. மாவு ஆலை, பருத்தி / பஞ்சு விற்பனையில் கவனம் செலுத்திக்கொண்டிருந்தார்

சுபாஷ் சந்திரா. ஒரு பழைய ஸ்கூட்டரில் ஊர்முழுவதும் சுற்றிவந்து, விற்பனையைப் பெருக்க முயன்றார் அவர்.

ஆனால், அவர் என்னதான் கஷ்டப்பட்டு உழைத்தாலும், வருகிற லாபம் கைக்கும் வாய்க்கும்தான் சரியாக இருந்தது. வாங்கிய கடனுக்கு ஒழுங்காக வட்டிகூடச் செலுத்தமுடியவில்லை.

இன்னும் எத்தனை நாளுக்குதான் இப்படிக் கடனில் மூழ்கிக் கிடக்கமுடியும்? சம்பாதித்து, வட்டி கட்டி, மீண்டும் சம்பாதித்து, அதையும் வட்டியாகச் செலுத்தி, ... இந்தச் சுழற்சிக்கு முடிவே கிடையாதா?

அதுவரை, தன்னுடைய குடும்பத் தொழில்களைமட்டும் கவனித்துக்கொண்டிருந்த சுபாஷ் சந்திரா, இந்தக் காலகட்டத்தில்தான் முதன்முறையாக, அதற்கு வெளியே ஏதேனும் வாய்ப்புகள் உண்டா என்று தேடத் தொடங்கினார். நண்பர்கள், உறவினர்கள், தெரிந்தவர்கள், தெரியாதவர்களிடமெல்லாம் புதிய பிஸினஸ் வாய்ப்புகளைப்பற்றிப் பேச ஆரம்பித்தார் அவர்.

ஆனால், புதுசாக எந்த பிஸினஸ் தொடங்குவதென்றாலும், அதிக முதலீடு தேவைப்படும். ஏற்கெனவே கடனில் மூழ்கிக் கிடக்கிற ஒரு குடும்பத்தை நம்பி யார் மேலும் கடன் தருவார்கள்?

சான்ஸே இல்லை, பண முதலீடு தேவைப்படாமல் ஏதேனும் தொழில் சிக்கினால்தான் உண்டு.

காசு போடாமல் தொழிலா? அப்படி ஏதேனும் ஒன்று உலகத்தில் இருக்கிறதா?

சுபாஷ் சந்திராவுக்குத் தெரியவில்லை. ஆனால், தேடினால் கிடைக்கும் என்றுமட்டும் உள் மனது தொடர்ந்து சொல்லிக்கொண்டிருந்தது. உற்சாகமாகத் தேட ஆரம்பித்தார்.

அந்தத் தேடலில் அவருக்குக் கிடைத்தது, ஒரு சின்னப் பொக்கிஷம், அதைத் தோண்டி எடுத்தபோது, அடியில் இன்னும் பெரிய புதையல்கள் பதுங்கியிருந்தன.

4. வயலும் வாழ்வும்

இந்திய உணவுக் கழகம், கேள்விப்பட்டிருக்கிறீர்களா?

என்றைக்காவது, தூர்தர்ஷன் செய்திகளைக் கூர்ந்து கவனித்தால், இந்தப் பெயர் காதில் விழும். ஆங்கிலத்தில் *'Food Corporation Of India'* என்று சொல்வார்கள், செல்லமாக, *'FCI'*.

பெயர் என்னவோ இருந்துவிட்டுப் போகட்டும், இந்த உணவுக் கழகம், அடிப்படையில் என்ன செய்கிறது?

சுதந்திர இந்தியாவின் உணவுத் தேவைகளைப் பூர்த்தி செய்வதற்காக உருவாக்கப்பட்ட அமைப்புதான் ஃபுட் கார்ப்பரேஷன். தானியங்கள், மற்ற உணவுப் பொருள்களின் உற்பத்தி, விநியோகம், ஏற்றுமதி, இறக்குமதி விவகாரங்களைக் கையாள்வதுதான் இவர்களுடைய முக்கியப் பொறுப்பு.

மறுபடியும் தூர்தர்ஷன் வாடை அடிக்கிறதா? கொஞ்சம் புரியும்படி இன்னொருமுறை பார்க்கலாம்.

இந்தியா முழுவதும் உள்ள விவசாயிகள் எல்லோரும், தாங்கள் விளைவிக்கிற அரிசி, பருப்பு, கோதுமை, மற்ற பொருள்களையெல்லாம் உள்ளூர் வியாபாரிகளிடம் விற்கிறார்கள் என்று வைத்துக்கொள்வோம். அப்போது என்ன ஆகும்? அந்த வியாபாரிகள் தானியங்களைப் பதுக்குவது,

கூடுதல் விலைக்கு விற்பது என்று ஏகப்பட்ட தில்லுமுல்லுகளில் இறங்கிவிடுவார்கள்.

இதனால், அரிசி, கோதுமை போன்ற அத்தியாவசியப் பண்டங்கள்கூட, பணக்காரர்களுக்கு மட்டுமே கிடைக்கிற ஆடம்பரங்களாக மாறிவிடும். ஏழைகள் குடிக்கக் கஞ்சியில்லாமல் கஷ்டப்படவேண்டியதுதான், பசி, பட்டினி, பஞ்சம் என அடுத்தடுத்து இன்னும் பல பூகம்பங்கள் கிளம்பும்.

இந்த வம்பு வேண்டாம் என்பதற்காகத்தான் ஃபுட் கார்ப்பரேஷன். இவர்கள் விவசாயிகளிடமிருந்து அவர்களுடைய விளைபொருள்களை நேரடியாகக் கொள்முதல் செய்துகொள்வார்கள், அதன்பிறகு இந்தப் பொருள்களை உள்நாட்டுத் தேவைகளுக்குப் பயன்படும்படி நாடெங்கும் விநியோகிப்பது, மிஞ்சியவற்றை வெளிநாடுகளுக்கு ஏற்றுமதி செய்வது எல்லாம் அவர்களுடைய பொறுப்பு.

ஃபுட் கார்ப்பரேஷன்பற்றி நாம் இந்த அளவு விரிவாகத் தெரிந்துகொள்வதற்கு ஒரு காரணம் இருக்கிறது, இளைஞர் சுபாஷ் சந்திராவின் பிஸினஸ் வாழ்க்கையில், ஒரு மிகப் பெரிய திருப்புமுனையாக அமைந்தது, இந்த ஃபுட் கார்ப்பரேஷன்தான்.

1976ம் ஆண்டு, சுபாஷ் சந்திரா ஃபுட் கார்ப்பரேஷனின் மாவட்ட மேலாளர் ஒருவரைச் சந்தித்துப் பேசினார். அந்த அதிகாரிக்கு, சுபாஷை மிகவும் பிடித்திருந்தது, 'நாம் இணைந்து செயல்பட்டால், நிறைய விஷயங்களைச் செய்துமுடிக்கலாம்' என்று வெளிப்படையாகச் சொன்னார் அவர்.

'சொல்லுங்க சார், என்ன செய்யலாம்?'

அந்த அதிகாரி யோசித்தார், சுபாஷ் சந்திராவிடம் அதிகப் பணம் இல்லை. ஆனால், நல்ல மனிதராக இருக்கிறார், கடினமாக உழைக்கக்கூடியவர், நம்பிக்கையானவர், இவரை ஃபுட் கார்ப்பரேஷன் எப்படிப் பயன்படுத்திக்கொள்ளமுடியும்?

அப்போது, ஃபுட் கார்ப்பரேஷனுக்கும், இந்திய ராணுவத்துக்கும் இடையே ஒரு பெரிய பிரச்னை. அதற்கு எப்படித் தீர்வு கண்டுபிடிப்பது என்று தெரியாமல் திணறிக்கொண்டிருந்தது உணவுக் கழகம்.

இந்திய ராணுவத்தில், பல ஆயிரம் வீரர்கள் பணிபுரிகிறார்கள். அத்தனை பேருக்கும் தினசரி மூன்று வேளை சாப்பாடு போடுவது என்றால், சும்மாவா?

இதற்காக, மாதாமாதம் பெரும் எண்ணிக்கையில் அரிசி, பருப்பு, கோதுமை, மற்ற தானியங்களை இந்திய ராணுவம் வாங்கும். இவற்றை விநியோகிக்கவேண்டியது ஃபுட் கார்ப்பரேஷனின் பொறுப்பு.

உணவுக் கழகத்தைப் பொறுத்தவரை, இது ஒன்றும் பெரிய வேலையே இல்லை. விவசாயிகளிடம் விலை கொடுத்து வாங்கிய தானியங்கள் அவர்களிடம் குவிந்து கிடக்கின்றன, இவற்றை அப்படியே மூட்டை கட்டி ராணுவத்துக்கு அனுப்பிவிட்டால் விஷயம் முடிந்தது.

பிரச்னையே அங்குதான் தொடங்கியது. ஃபுட் கார்ப்பரேஷன் அனுப்பிவைத்த மூட்டைகளைப் பிரித்துப் பார்த்த ராணுவத்தினர், கண், காது, மூக்கிலெல்லாம் புகை விட ஆரம்பித்துவிட்டார்கள். பின்னே? அரிசியில் அழுக்கு, பருப்பில் வண்டு, கோதுமையில் புழு, அநேகமாக எல்லா மூட்டைகளிலும் தானியங்களுக்குச் சமமாகக் குப்பைகள் ராஜ்ஜியம். இதை வைத்துச் சமைத்தால், ஆர்மிக்காரர்கள் நிலைமை என்ன ஆகும்?

உடனடியாக, ஃபுட் கார்ப்பரேஷனுக்குக் கடிதாசி அனுப்பியது ராணுவம், 'நீங்கள் அனுப்பும் தானியங்கள், உணவுப் பொருள்களின் தரம் சரியில்லை, அவற்றை ஒழுங்காகக் கவனித்துச் சுத்தப்படுத்தி அனுப்புங்கள், இல்லையென்றால் ...'

ராணுவத்தைப் பகைத்துக்கொள்வது நல்லதில்லை. ஆனால் அதற்காக, விவசாயிகளிடம் வாங்கிய தானியங்களை, ஃபுட் கார்ப்பரேஷன் அதிகாரிகளா உட்கார்ந்து சுத்தப்படுத்திக் கொண்டிருக்கமுடியும்?

இங்கேதான், சுபாஷ் சந்திரா தனக்கான பிஸினஸ் வாய்ப்பைப் பார்த்தார், இறுகப் பிடித்துக்கொண்டார். 'ராணுவத்துக்கு அனுப்பவேண்டிய தானிய மூட்டைகளையெல்லாம், என்னிடம் கொடுங்கள், நான் அவற்றைச் சுத்தப்படுத்தித் தருகிறேன்,

அதன்பிறகு, நீங்கள் எந்தக் கவலையும் இல்லாமல் அவற்றை ராணுவத்தினருக்கு அனுப்பிவைக்கலாம்'

சுபாஷின் யோசனை, இந்திய உணவுக் கழகத்துக்குப் பிடித்திருந்தது. உடனடியாக, இந்தப் பணி அவரிடம் ஒப்படைக்கப்பட்டது. இதன்மூலம், தான் விரும்பியதுபோலவே, கூடுதல் பண முதலீடு எதுவும் இல்லாமல், ஒரு புதிய பிஸினஸில் இறங்கிவிட்டார் சுபாஷ் சந்திரா. இதில் அவருக்கு நல்ல லாபம் கிடைக்கத் தொடங்கியது.

அடுத்தகட்டமாக, அதே ஃபுட் கார்ப்பரேஷன் வேறு சில துண்டு துக்கடா வேலைகளையும் சுபாஷ் சந்திராவிடம் தள்ளிவிட்டது. உதாரணமாக, முழுப் பருப்பை வாங்கி, உடைத்து மூட்டைகளில் அடைப்பது.

இதெல்லாம், ஒரு பெரிய வேலையே இல்லைதான். ஆனால், அன்றைக்கு சுபாஷ் சந்திரா இருந்த நிலைமைக்கு, ஃபுட் கார்ப்பரேஷனுடன் தொடர்பு வைத்துக்கொள்வதும், அவர்கள் சொல்கிற வேலைகளைச் செய்து தருவதும் மிகப் பெரிய விஷயமாக இருந்தது. அதன்மூலம் வருகிற லாபமும் கணிசமான அளவு அதிகரித்துக்கொண்டிருந்தது.

அப்போதும், அவர்கள் வீட்டில் நிம்மதி திரும்பவில்லை. காரணம், இந்தத் தொழிலில் கிடைக்கிற வருமானத்தைக் கொண்டு, நான்கு குடும்பங்கள் பிழைக்கவேண்டியிருந்தது, ஆகவே, அவர்களால் தங்களுடைய பழைய கடனை முழுவதுமாகத் திருப்பிச் செலுத்தமுடியவில்லை.

எழுபதுகளில், இந்தியாமுழுவதும் பசுமைப் புரட்சி மலர்ந்திருந்தது. நாடெங்கும் விவசாயிகள் பல புதுமையான வழிமுறைகளைப் பயன்படுத்தி மிகப் பெரிய விளைச்சலைக் கண்டார்கள்.

இந்தியா போன்ற ஓர் ஏழை நாட்டில், இப்படி ஒன்றுக்குப் பத்தாகத் தானியங்கள் விளைந்தால் சந்தோஷம்தானே? இந்திய உணவுக் கழகம் இந்தத் தானியங்கள் அனைத்தையும் நிர்ணயித்த விலை கொடுத்து வாங்கிக்கொண்டது. விவசாயிகள் எல்லோர் முகத்திலும் சந்தோஷப் புன்னகை.

அதன்பிறகுதான், ஃபுட் கார்ப்பரேஷனுக்குப் பிரச்னை தொடங்கியது.

ஏகப்பட்ட தானியங்களைக் காசு தந்து வாங்கிவிட்டோம், இனிமேல் அவற்றை விநியோகிப்பதற்கோ, வெளிநாடுகளுக்கு ஏற்றுமதி செய்வதற்கோ சில நாள்களாவது ஆகும், அதுவரை, இந்தத் தானியங்களை எங்கே பாதுகாத்து வைப்பது?

பொதுவாக, உணவுக் கழகம் கொள்முதல் செய்யும் தானிய மூட்டைகளையெல்லாம் அவர்களுடைய கிடங்குகளில்தான் பத்திரமாகப் பாதுகாத்துவைப்பார்கள். பிறகு, அங்கிருந்து விநியோகம், அல்லது ஏற்றுமதிக்குத் தானியங்கள் அனுப்பிவைக்கப்படும்.

ஆனால் இந்தமுறை, வழக்கத்தைவிட அதிகத் தானியங்கள் குவிந்துவிட்டதால், ஃபுட் கார்ப்பரேஷன் கிடங்குகள் நிரம்பி வழிகின்றன. அவற்றில் மேலும் மூட்டைகளை அடுக்குவதற்கு இடமே இல்லை.

என்ன செய்வது? இதற்குமேல் தானியங்களைக் கொள்முதல் செய்வதில்லை என்றும் அறிவிக்கமுடியாது. அப்படிச் செய்தால், விவசாயிகள் கடுமையாகப் பாதிக்கப்படுவார்கள். இந்தப் பிரச்னைக்குத் தீர்வு தெரியாமலேயே, மேலும் மேலும் தானியங்களை வாங்கிக் குவித்தது ஃபுட் கார்ப்பரேஷன். ஒருகட்டத்தில், அவர்களிடம் சுமார் ஒன்றரைக் கோடி டன் உபரி தானியங்கள் குவிந்துவிட்டன.

ஒரு டன் என்றால், ஆயிரம் கிலோ கிராம். ஆக, கிட்டத்தட்ட ஆயிரத்தைநூறு கோடி கிலோ தானியங்களை உடனடியாகப் பாதுகாக்கவேண்டும். இல்லாவிட்டால் அத்தனையும் வீணாகிவிடும், அல்லது, எலியும் பெருச்சாளியும் புழுக்களும் வண்டுகளும் தின்று தீர்த்துவிடும், கோடிக்கணக்கான ரூபாய் நஷ்டம். ஃபுட் கார்ப்பரேஷன், வழக்கம்போல் சுபாஷ் சந்திராவைக் கூப்பிட்டு அனுப்பியது, 'மிஸ்டர் சுபாஷ், இந்தப் பிரச்னைக்கு உங்களால் ஏதேனும் செய்யமுடியுமா?'

சுபாஷ் சந்திரா யோசித்தார். எதுவானாலும், உடனடியாகச் செய்தாகவேண்டும், தாமதிக்கிற ஒவ்வொரு நிமிடமும்

பிரச்னை பெரிதாகிக்கொண்டிருக்கிறது. பல லட்சம் மூட்டைகளில் தானியங்கள், அத்தனையையும் ஃபுட் கார்ப்பரேஷன் கிடங்குகளில் அடைக்கமுடியாது. தனியார் கோடௌன்களில்கூட, இத்தனை மூட்டைகளுக்கு இடம் இருக்காது.

அதற்காக, இத்தனையையும் வெட்டவெளியிலா போட்டுவைக்கமுடியும்? திடீரென்று வெயில், மழை வந்தால் தானிய மூட்டைகள் என்ன ஆகும்?

இப்படிச் சிந்தித்துக்கொண்டிருந்தபோதுதான், சுபாஷ் சந்திராவுக்கு அந்தப் 'பளிச்' யோசனை தோன்றியது. இத்தனை லட்சம் மூட்டைகளையும் ஓர் அறைக்குள் அடைத்துவைக்கமுடியாது, பேசாமல், இந்த மூட்டைகளைச் சுற்றித் தாற்காலிக அறைகள் அமைத்துவிட்டால் என்ன?

தாற்காலிக அறைகள் என்றால், உறுதியான பாலித்தீன் தாள்களைக் கொண்டு, மூட்டைகளைச் சுற்றிலும் பாதுகாப்புக் கவசம் உருவாக்கிவிடுவது. அதன்பிறகு, என்னதான் வெயில் அடித்தாலும், மழை பெய்தாலும் மூட்டைகள் பாதிக்கப்படாது.

சுபாஷ் இந்த யோசனையைச் சொன்னதும், ஃபுட் கார்ப்பரேஷன் அதிகாரிகள் துள்ளிக் குதிக்காத குறை, 'சீக்கிரமாக இதைச் செயல்படுத்துங்கள்' என்று அவருக்கு முழுச் சுதந்திரம் கொடுத்துவிட்டார்கள். உடனடியாக, பெரிய பாலித்தீன் காகிதங்களை வாங்கிக் குவித்தார் சுபாஷ் சந்திரா. இப்போது நாம் லாரிகளில் பார்க்கிறோமே, அதே தார்ப்பாலின் போர்வைகள்தான்.

சுபாஷ் சந்திரா, உறுதியான இந்தப் பாலித்தீன் தாள்களைப் பயன்படுத்தி, பெரிய கூடார வடிவப் பைகளைத் தயாரித்தார், இந்தப் பைகள் ஒவ்வொன்றிலும், சுமார் நூறு டன் தானியங்களைச் சேமித்துவைக்கமுடிந்தது. இதன்மூலம், மிகக் குறுகிய காலகட்டத்தில், அநேகமாக எல்லா உபரி தானியங்களையும் பத்திரமாகப் பொட்டலம் கட்டிவிட்டார் சுபாஷ் சந்திரா. இதன்மூலம், உணவுக் கழகம் புதிதாகக் கிடங்குகள் தேடாமலேயே, பல லட்சம் மூட்டைகளை வெட்டவெளியில் சேமித்துவைக்கமுடிந்தது.

இந்த திடீர்ப் பொட்டலங்களின்மூலம், சுபாஷ் சந்திரா உணவுக் கழக அதிகாரிகள் மத்தியில் நல்ல பெயரும் சம்பாதித்துவிட்டார், கூடவே பிரமாதமான லாபமும் கிடைத்துவிட்டது. அதே உற்சாகத்துடன், இந்த *(Packaging)* துறையில் மேலும் அதிகத் தீவிரத்துடன் ஈடுபட முடிவு செய்தார் சுபாஷ் சந்திரா.

இதற்காக, தானியங்கள், உரம், பூச்சி மருந்துகள் போன்றவை எப்படிப் 'பேக்கேஜ்' செய்யப்படுகின்றன, அதற்கு என்னமாதிரியான பொருள்களைப் பயன்படுத்துகிறார்கள், அவற்றில் லேட்டஸ்ட் தொழில்நுட்பம் என்ன என்று விசாரிக்கத் தொடங்கினார் அவர். உள்ளூர்த் தொழிற்சாலைகள், விவசாயிகளுக்கு இந்தப் பேக்கேஜிங் பொருள்கள், தொழில்நுட்பங்களை விற்பனை செய்வதன்மூலம், கணிசமாகச் சம்பாதிக்கலாம் என்று அவருக்குப் புரிந்தது.

ஆரம்பத்தில், சுபாஷ் சந்திரா இதுபோன்ற பேக்கேஜிங் பொருள்கள், தொழில்நுட்பங்களையெல்லாம் வெளியிலிருந்துதான் வாங்கிப் பயன்படுத்திக்கொண்டிருந்தார். அதன்பிறகு, பேசாமல் நாமே இதையெல்லாம் தயார் செய்தால் என்ன என்று தோன்றியது.

இதற்காக, டெல்லியில் ஒரு பழைய தொழிற்சாலையை வாடகைக்கு எடுத்தார் சுபாஷ் சந்திரா. அங்கே வேதிப் (கெமிக்கல்)பொருள்களைப் பொட்டலம் கட்டுவதற்கான விசேஷத் தாள்கள் உற்பத்தி செய்யப்பட்டன.

இந்தத் தொழிலில், சுபாஷ் சந்திராவுக்கு அதிக அனுபவம் இல்லை. இதற்கான சந்தை எந்த அளவு பெரியதாக இருக்கும், யாரை அணுகினால் நம்முடைய தயாரிப்புகள் விளைபோகும் என்பதெல்லாம் அவருக்கு நிச்சயமாகத் தெரியவில்லை.

இதனால், டெல்லியில் சுபாஷ் தொடங்கிய இந்தப் புதிய தொழில் முயற்சி, தோல்வியில் முடிந்தது. முதன்முறையாக, அவருக்குத் தொழிலில் நஷ்டம். அவ்வளவுதான், சுபாஷ் சுதாரித்துக்கொண்டுவிட்டார். ஏற்கெனவே தாத்தாவும், அப்பாவும் சேர்த்துவைத்த கடன் குடும்பத்தை மிரட்டிக்கொண்டிருக்கிறது, அதற்குமேல் நானும் கடனைச் சுமத்தினால், வீடு தாங்காது.

அடுத்த அடியை, மிகவும் கவனமாக எடுத்துவைக்கவேண்டும் என்று தீர்மானித்தார் சுபாஷ் சந்திரா. அநாவசிய ரிஸ்கே வேண்டாம், நமக்கு நன்றாகத் தெரிந்த விஷயத்தில் ஈடுபடலாம், அதன்மூலம் கிடைக்கிற லாபம் கொஞ்சம் என்றாலும், போதும், அதிகம் ஆசைப்பட்டுப் படுகுழியில் விழவேண்டாம்.

இப்படி யோசித்த அவர், மீண்டும் அரிசி, பருப்பு, தானிய விற்பனைக்குத் திரும்பிவிட்டார். ஆனால் இந்தமுறை, உள்நாட்டு வியாபாரம் இல்லை, வெளிநாட்டு ஏற்றுமதி!

பல பணக்கார வெளிநாடுகளில், உணவுத் தேவை இருக்கிற அளவுக்கு விவசாயம் செழிக்கவில்லை. அல்லது, அதற்கான வசதிகள் போதவில்லை, அவர்களெல்லாம், நம்மைப்போன்ற விவசாயத்தை அடிப்படையாகக் கொண்ட நாடுகளிடமிருந்து தங்களுக்குத் தேவையான தானியங்களை வாங்கிக்கொள்வார்கள்.

அதாவது, உனக்கு அரிசி தேவையா? சந்தோஷம், என்னிடம் அரிசி கூடுதலாக இருக்கிறது, என்னுடைய தேவைக்கு மிஞ்சி மீதம் உள்ளதை உனக்குத் தருவேன், உன்னால் என்ன விலை கொடுக்கமுடியும்?: இதுதான், உலகம்முழுவதும், உணவுப் பொருள்களின் ஏற்றுமதிக் கணக்கு.

அதுவரை, உள்ளூரில்மட்டும் அரிசி, பருப்பு விற்றுக்கொண்டிருந்த சுபாஷ் சந்திரா, இப்போது வெளிநாட்டு ஏற்றுமதி வாய்ப்புகளைத் தேடத் தொடங்கியிருந்தார். இதன்மூலம், அதிக ரிஸ்க் எடுக்காமல் கணிசமாகச் சம்பாதித்துவிடலாம் என்று அவருக்குத் தோன்றியது.

இதற்காக, 1976ம் ஆண்டு தனியாக ஓர் உணவுப் பொருள் ஏற்றுமதி நிறுவனத்தைத் தோற்றுவித்தார் சுபாஷ் சந்திரா. அதன் பெயர், 'ரமா அசோசியேட்ஸ்' (Rama Associates Limited).

கிட்டத்தட்ட இதே நேரத்தில், ஓர் அபூர்வமான வாய்ப்பு அவரைத் தேடி வந்தது, சிவப்புச் சாயம் பூசிய அந்த வாய்ப்புதான், சுபாஷ் சந்திராவின் அத்தனை கஷ்டங்களையும், கடன்களையும் தீர்த்துவைத்தது, அவருடைய அடுத்தடுத்த தொழில் வாய்ப்புகளுக்கு வலுவான அடித்தளம் அமைத்துக்கொடுத்தது.

5. கோடீஸ்வரன்

சோவியத் யூனியன், ஒருகாலத்தில் அமெரிக்காவின் கண்ணில் விரல் விட்டு ஆட்டிய 'இரண்டாவது வல்லரசு', கம்யூனிஸ்ட் இரும்புக் கோட்டை.

இன்றைக்கு சோவியத் யூனியன் இல்லை, தொண்ணூறுகளின் தொடக்கத்தில் உடைந்து சிதறிவிட்டது. ஆனால், அப்போதைய சோவியத் யூனியனின் பிரம்மாண்டத்தைப் புரிந்துகொள்ளவேண்டுமானால், இன்றைய ரஷ்யாவின் 'மெகா' வரைபடத்தைப் பார்த்தாலே போதும், அதோடு இன்னும் பல நாடுகள் சேர்ந்த கலவைதான், சோவியத் யூனியன்.

அத்தனை பெரிய கூட்டமைப்பில், அநேகமாக எல்லா காலநிலைகளையும் பார்க்கமுடியும். ஒருபக்கம் நடுங்கவைக்கும் குளிரில் தொடங்கி, இன்னொருபக்கம் சுட்டெரிக்கும் பாலைவன வெயில்வரை எல்லாச் சூழ்நிலைகளிலும் சோவியத் மக்கள் வாழ்ந்துகொண்டிருந்தார்கள்.

சோவியத் யூனியனின் கம்யூனிஸ்ட் ஆட்சியாளர்கள், தங்களுடைய குடிமக்களின் உணவுத் தேவைக்காக, அரிசி, மற்ற தானியங்களை வெளிநாடுகளில் இருந்து இறக்குமதி செய்வார்கள். முக்கியமாக, இந்தியாவிலிருந்து ஒவ்வோர்

ஆண்டும் கோடிக்கணக்கான ரூபாய் மதிப்புள்ள தானியங்கள் சோவியத் யூனியனுக்குச் செல்வது வழக்கம்.

ஆனால், இதற்காக சோவியத் யூனியன் நேரடியாக இந்திய வியாபாரிகளிடம் வந்து பேரம் பேசாது. நம்முடைய மத்திய அரசாங்கம் வழியாகத்தான் அவர்கள் தங்களுக்குத் தேவையான தானியங்களை வாங்குவார்கள்.

அதாவது, தனக்கு எந்தெந்த தானியங்கள் என்ன அளவில் தேவை என்கிற விவரத்தை, சோவியத் யூனியன் இந்திய அரசிடம் சொல்லும். அதன்பிறகு, இந்தத் தானியங்களை சப்ளை செய்யக்கூடியவர்கள் யார் என்று நம்முடைய அரசாங்கம் சிபாரிசு செய்யும்.

இந்த வாய்ப்புமட்டும், ஒருவருக்குக் கிடைத்துவிட்டால் போதும், அவர்கள் ஒரே ஆண்டில் பல கோடி ரூபாய் சம்பாதித்துவிடலாம், வாழ்க்கையில் நிம்மதியாக செட்டில் ஆகிவிடலாம்.

அபூர்வமான இந்த வாய்ப்பு, சுபாஷ் சந்திராவுக்குக் கிடைத்தது. 1981ம் ஆண்டில் தொடங்கி, ஒவ்வொரு வருடமும் சோவியத் யூனியனுக்குத் தேவையான உணவுப் பொருள்களை சுபாஷ் சந்திரா ஏற்றுமதி செய்யத் தொடங்கினார்.

சோவியத் யூனியனுக்கு அனுப்பும் பொருள்களுக்கு, ஏற்றுமதி வரி கிடையாது. இதனால் ஒன்றுக்கு இரண்டாக லாபம் குவிந்தது.

இப்படி ஒரு வருடம், இரண்டு வருடம் இல்லை, தொடர்ச்சியாக ஐந்து ஆண்டுகள் சோவியத் யூனியனுக்கு உணவுப் பொருள்களை அனுப்பிவந்தார் சுபாஷ் சந்திரா. இதேபோல், ஐரோப்பாவுக்கும் தானியங்களை ஏற்றுமதி செய்யும் வாய்ப்பும் அவருக்குக் கிடைத்தது.

இதன்மூலம் சுபாஷ் சந்திரா குடும்பத்துக்குக் கிடைத்த லாபம், லட்சங்களில் தொடங்கி, கோடிகளைத் தாண்டி எகிறியது. ‘அந்தக் காலகட்டத்தில் மொத்தம் எழுபது முதல் எண்பது கோடிகள்வரை லாபம் சம்பாதித்தோம்’ என்று ஒரு பேட்டியில் குறிப்பிட்டிருக்கிறார் சுபாஷ் சந்திரா.

ஐந்து லட்சம் கடனோடு தொழிலில் இறங்கிய ஒருவருக்கு, இப்படிக் கோடிக்கணக்கில் சம்பாதிப்பது பெரிய கனவுதான். அதை நனவாக்கிக் காட்டிய சுபாஷ் சந்திரா, தன்னுடைய குடும்பத்தின் கடன்களையெல்லாம் மொத்தமாக அடைத்துவிட்டார்.

ஆனால், இத்தனை கோடி ரூபாய் லாபம் வரக்கூடிய சோவியத் யூனியன் ஏற்றுமதி வாய்ப்பு, அவருக்கு எப்படிக் கிடைத்தது? ஏற்றுமதித்துறையில் அவ்வளவாக முன் அனுபவம் இல்லாத அவரை நம்பி, இத்தனை முக்கியமான ஒரு பொறுப்பை அரசாங்கம் எப்படி ஒப்படைத்தது?

இந்தக் கேள்விக்கு, நேர்மையான பதில் கண்டறிவது கொஞ்சம் சிரமம்தான். அந்தக் கால இந்தியாவில், லட்சங்களில் பணம் புழங்கினாலே, லஞ்சம் புகுந்து விளையாடும், கோடிகள் என்றால், கேட்கவே வேண்டாம், லாபத்தில் ஒரு பகுதியை அரசியல்வாதிகள், அதிகாரிகளுக்குப் பங்குவைத்தால்தான் வேலை நடக்கும்.

இதனால், சுபாஷ் சந்திரா தவறான வழிமுறைகளைக் கையாண்டுதான் இந்த சோவியத் யூனியன் ஏற்றுமதி வாய்ப்பைப் பெற்றார் என்று குற்றம் சாட்டுகிறவர்கள் இருக்கிறார்கள். பின்னர் அவர்மீது வருமான வரி ஏய்ப்பு, ஃபெரா *(FERA: Foreign Exchanges Regulation Act)* விதிமீறல் குற்றச்சாட்டுகள் எழுப்பப்பட்டபோது, இந்தப் பேச்சு இன்னும் தீவிரமடைந்தது.

ஆனால், இந்த விஷயத்தில் சுபாஷ் சந்திரா தன்னுடைய நிலைப்பாட்டை அழுத்தமாக வலியுறுத்தியிருக்கிறார், 'எங்களுடைய சோவியத் யூனியன் ஏற்றுமதிக் கணக்குகள் அனைத்தும் பக்காவாக இருக்கின்றன. நாங்கள் ஒரு பைசாகூடத் தவறானவழியில் சம்பாதிக்கவில்லை.'

இந்த விஷயத்தில் யார் பேச்சை நம்புவது என்பது நம்முடைய இஷ்டம். ஆனால், ஒருகாலத்தில் நஷ்டம், கடனில் தடுமாறிக்கொண்டிருந்த சுபாஷ் சந்திரா, எண்பதுகளின் மத்தியில் பெரிய பணக்காரராகிவிட்டார் என்பதுமட்டும் நிச்சயம்.

இத்தனை பணத்தை வைத்துக்கொண்டு என்ன செய்யலாம்? இந்தத் தொழிலில் ஈடுபட்ட சகோதரர்கள் எல்லோரும் ஆளுக்குச் சில கோடிகள் என்று பிரித்துக்கொண்டு நிம்மதியாக செட்டிலாகிவிடலாமா?

இங்கேதான், சுபாஷ் சந்திராவின் முதல் முக்கியமான பிஸினஸ் முடிவைப் பார்க்கமுடிகிறது. சோவியத் யூனியன் ஏற்றுமதியின்மூலம் சம்பாதித்த தொகையை, மற்ற தொழில்களில், நல்ல வருமானம் வரக்கூடிய விஷயங்களில் முதலீடு செய்யவேண்டும் என்று தீர்மானித்தார் அவர்.

அதாவது, மொத்தத் தொகையையும் செலவு செய்துவிடாமல், ஒரே இடத்தில் முதலீடாகக் குவிக்காமல், பிரித்துப் போடுவது. இதன்மூலம், திடீர் நஷ்டத்தில் எல்லாப் பணமும் மூழ்கிப்போவதற்கான வாய்ப்புகள் குறையும்.

இந்த நேரத்தில், பம்பாய் அருகே, பல ஏக்கர் நிலம் மலிவாகக் கிடைத்தது, வாங்கிப்போட்டார். மிச்சமிருந்த பணத்தை ஏதேனும் ஒரு புதிய தொழிலில் முதலீடு செய்ய விரும்பினார்.

முக்கியமாக, தன்னுடைய குடும்பத் தொழிலான உணவு தானிய விற்பனையைமட்டும் நம்பியிருக்காமல், அதிலிருந்து விலகி, ஏதேனும் புதிதாகச் செய்யவேண்டும் என்று விரும்பினார் சுபாஷ் சந்திரா. காரணம், அரிசி, பருப்பு விற்பது, அவருடைய ரத்தத்தில் இருக்கிறது, அதிலேயே முடங்கிக் கிடப்பதைவிட, வேறு விஷயங்களில் கவனம் செலுத்தினால்தான் பெரிய அளவில் முன்னேறமுடியும் என்பது அவருடைய கணக்கு.

'எல்லோரும் நடந்த அதே பாதையிலேயே நாமும் நடக்கலாம் என்பது, தோற்றுப்போன மனிதர்களின் குணம்' என்று சுபாஷ் சந்திரா அடிக்கடி சொல்வதுண்டு. 'ஏதேனும் புதிதாக, பெரிதாக' என்பதுதான் அவருடைய கனவாக இருந்தது.

ஆனால் அதேசமயம், ஏற்கெனவே டெல்லியில் ஒரு தொழில் தொடங்கி செமையாக உதைவாங்கியது அவருக்கு ஞாபகம் இருந்தது. மறுபடியும் நஷ்டப்பட்டுவிடக்கூடாது என்பதில் கவனமாக இருந்த அவர், எந்தத் தொழிலில் முதலீடு செய்வது புத்திசாலித்தனம் என்று தேடத் தொடங்கினார்.

இந்தியத் தொழில்துறையில், பல மாற்றங்கள், முன்னேற்றங்கள் ஏற்பட்டுக்கொண்டிருந்த நேரம் அது. பல முதல் தலைமுறைத் தொழிலதிபர்கள் சுறுசுறுப்பாக இயங்கிப் பிரமாதமான வெற்றியை எட்டிப்பிடித்திருந்தார்கள்.

சுபாஷ் சந்திரா, தன்னுடைய சகோதரர்கள், குடும்பத்தினர் எல்லோரையும் அழைத்தார், 'இதுவரை அரிசி, பருப்பு விற்றுக்கொண்டிருந்த நாம், இனிமேல் தொழில்துறையில் ஈடுபடப்போகிறோம், அங்கே நாம் ஜெயிக்கவேண்டுமென்றால், எதிலும் ஓர் ஒழுங்கு வேண்டும்' என்றார்.

'சரி, அதற்கு என்ன செய்யலாம்?'

'இன்றிலிருந்து, நாம் எல்லோரும், நம்முடைய கணக்கு வழக்குகள் எல்லாவற்றையும் பக்காவாக எழுதிவைக்கவேண்டும், ஒரு ரூபாய்கூடக் கணக்கில் வராமல் வாங்கக்கூடாது, முதலீடு செய்யக்கூடாது, சரியா?'

'ரொம்பச் சரி', சுபாஷ் சந்திராவின் குடும்பம் அவருக்குத் துணையாக நிற்க ஒப்புக்கொண்டது. இந்த வாக்குறுதியின் ஓர் அடையாளமாக, 'பானி மேய்ன் நமக் டால்னா' என்ற சடங்கு நடைபெற்றது. குடும்ப உறுப்பினர்கள் எல்லோரும் தண்ணீரில் ஒரு பிடி உப்பைப் போட்டுச் சத்தியம் செய்தார்கள்.

நம் ஊரில் 'துண்டைப் போட்டுத் தாண்டறேன்' என்று சொல்கிறோமே, அதுபோல, மார்வாரிக் குடும்பங்களில் தண்ணீரில் உப்பைப் போடுவது ஒரு சம்பிரதாயம். இந்தச் சடங்கின்போது தரும் வாக்குறுதியை ஒருவர் எப்போதும் மீறக்கூடாது, பின்வாங்கக்கூடாது.

இதன்மூலம், சுபாஷ் சந்திராவும் அவருடைய குடும்பத்தினரும், தானிய விற்பனையிலிருந்து தொழில்துறைக்குள் நுழைவதற்குமுன்பே, அதற்குத் தேவையான ஒழுங்கை வகுத்துக்கொண்டுவிட்டார்கள். அதன்பிறகு, இந்த ஒழுங்கைப் பின்பற்றுவது அவர்களுக்கு ஒரு கட்டாயத் தேவையாகிவிட்டது.

'அதனால்தான், எங்களுடைய எல்லாத் தொழில்களிலும் கணக்குகள் மிகச் சரியாக இருக்கும், எங்கள்மீது ஊழல் குற்றச்சாட்டு சுமத்துகிறவர்களால் எதையும் நிரூபிக்கமுடியாது.

காரணம், எங்கள் மடியில் கனம் இல்லை' என்கிறார் சுபாஷ் சந்திரா.

தண்ணீரில் உப்பைப் போட்டுச் சத்தியம் செய்தாகிவிட்டது. ஆனால் இன்னும், சுபாஷ் சந்திரா எந்தத் தொழிலில் ஈடுபடுவது என்று தீர்மானிக்கவில்லை.

இந்த விஷயத்தில் அவர் அவசரப்படுவதாக இல்லை. நிதானமாக, தன்னைச் சுற்றியிருக்கும் வாய்ப்புகளை மிகுந்த கவனத்துடன் அலசி ஆராய்ந்தார் அவர், மிகச் சிறந்த, நிச்சய லாபம் வரக்கூடிய துறைகளைமட்டும் தேர்ந்தெடுத்தார்.

அப்போதுதான், 'பேக்கேஜிங்' தொழில்நுட்பம்பற்றிய ஒரு வர்த்தகக் கண்காட்சிக்காக, ஐரோப்பா செல்லும் வாய்ப்பு அவருக்குக் கிடைத்தது. ஜெர்மனியில் நடைபெற்ற அந்தக் கண்காட்சியில்தான், அவர் தன்னுடைய அடுத்த வாய்ப்பைக் கண்டுகொண்டார்.

கண்காட்சி என்றால், ரங்க ராட்டினம், அப்பளம், மிளகாய் பஜ்ஜி ரகம் இல்லை. பேக்கேஜிங் தொழிலில் ஈடுபடும் பல நிறுவனங்கள், தங்களுடைய புதிய கண்டுபிடிப்புகள், அறிமுகங்களைக் காட்சிப்படுத்துகிற ஓர் அமைப்பு அது. ஆங்கிலத்தில், '*Trade Fair*' என்று சொல்வார்கள்.

உலகெங்கும், பேக்கேஜிங் தொழிலில் இருக்கும் சிறிய, பெரிய முதலாளிகள், இந்தக் கண்காட்சிகளுக்கு ஆர்வமாக வருவார்கள். புதிய தொழில்நுட்பங்களைப் பார்த்து, அவற்றில் எது நம் ஊருக்குச் சரிப்படும் என்று முடிவெடுப்பார்கள். தங்களுக்குப் பிடித்தவற்றை அங்கேயே உரிம அடிப்படையில் வாங்கிக்கொண்டு திரும்பிச் செல்வார்கள்.

ஏற்கெனவே அரிசி, உரம் போன்றவற்றை பேக் செய்யும் தொழிலில் ஈடுபட்டுக்கொண்டிருந்தவர் சுபாஷ் சந்திரா. அந்தத் துறையில், ஏதேனும் புதிதாக வந்திருக்கிறதா என்று தெரிந்துகொள்வதற்காகத்தான் ஜெர்மனி சென்றிருந்தார்.

ஆனால், அவர் எதிர்பார்த்ததுபோல் புதுமையாக எந்தத் தொழில்நுட்பமும் சிக்கவில்லை. ஏமாற்றத்துடன் கண்காட்சியைச் சுற்றிவந்துகொண்டிருந்தவரிடம் யாரோ சொன்னார்கள்,

'இந்தப் புது மெஷினைக் கொஞ்சம் பாருங்கள், உங்களுக்கு நிச்சயமாகப் பிடிக்கும்.'

அது என்ன மெஷின்?

நாம் தினசரி பல் துலக்குகிறோமே, அந்தப் பற்பசை, ஒரு பிளாஸ்டிக் ட்யூபில் இருந்து வருகிறது. மெலிதான, ஆனால் உறுதியான அந்த ட்யூப், பல அடுக்கு பிளாஸ்டிக் தகடுகளை லேமினேஷன் செய்து உருவாக்கப்பட்டது.

இன்றைக்கு நாம் சர்வ சாதாரணமாகப் பயன்படுத்தும் டூத் பேஸ்ட், ஷேவிங் க்ரீம், மருந்துகள், சிவப்பழகு க்ரீம், ஏன் சில உணவுப் பொருள்கள்கூட பிளாஸ்டிக் லேமினேஷன் ட்யூப்களில்தான் கிடைக்கின்றன. ஆனால் அன்றைக்கு, அது ஒரு புதிய தொழில்நுட்பம், ஜஸ்ட் அப்போதுதான் அறிமுகமாகியிருந்தது.

அந்த இயந்திரத்தைத்தான், சுபாஷ் சந்திரா ஜெர்மனி வர்த்தகக் கண்காட்சியில் பார்த்தார், 'இது என்ன செய்யும்?' என்று விசாரித்தார்.

'பிளாஸ்டிக் லேமினேஷன் ட்யூப்களைத் தயார் செய்யும் இயந்திரம் இது' என்று அவர்கள் விவரித்தார்கள், தங்களுடைய தயாரிப்புகளை சாம்பிள் காட்டினார்கள்.

அப்போது, ட்யூப் என்றாலே உலோகம்தான். முக்கியமாக, அலுமினிய ட்யூப்கள்தான் உலகம்முழுவதும் பிரபலம்.

அந்த அலுமினிய ட்யூப்களைப் பயன்படுத்திவிட்டு, இப்போது இந்த ப்ளாஸ்டிக் ட்யூப்களைப் பார்ப்பதற்கே சுபாஷ் சந்திராவுக்கு வித்தியாசமாக இருந்தது. மேற்பரப்பு கரடுமுரடாக இல்லாமல் மென்மையாக, வழவழப்பாக இருக்கிறது, அதன்மீது எழுத்துகள், பொம்மையெல்லாம் அச்சடித்திருக்கிறார்கள், செல்ல நாய்க்குட்டிபோல் பார்க்க ஜோராக இருக்கிறது, கையால் லேசாக அழுத்தினாலே போதும் *(Soft Squeeze)*, நமக்கு வேண்டிய அளவு பற்பசையைப் பிதுக்கிக்கொள்ளமுடிகிறது.

இத்தனையையும் பார்த்து அசந்துபோன சுபாஷ் சந்திரா, அந்த இயந்திரத்தின் விலையை விசாரித்தார். 'இதன்மூலம் ட்யூப்கள்

தயார் செய்வதற்கு என்ன செலவாகும்? ஒரு ட்யூபின் நிகர விலை என்ன?’ என்று வரிசையாகக் கேள்விகளை அடுக்கினார்.

அவர் எதிர்பார்த்ததுபோல், அந்தப் புதிய தொழில்நுட்பம் யானை விலை, குதிரை விலையெல்லாம் இல்லை. அதிக முதலீடு, தொழில்நுட்ப அறிவு இல்லாமல், கட்டுப்படியாகக்கூடிய செலவில், பிளாஸ்டிக் ட்யூப்களைச் சுலபமாகத் தயாரிக்கலாம் என்று அவருக்குத் தோன்றியது. இதை இந்தியாவில் அறிமுகப்படுத்தினால் என்ன என்று தீவிரமாக யோசிக்கத் தொடங்கினார்.

ஆனால், பிளாஸ்டிக் ட்யூப்கள் என்பது மார்க்கெட்டில் ரொம்பப் புதுசு, என்னதான் ஜிகுஜிகுவென்று பார்க்கப் பிரமாதமாக இருந்தாலும், தொழில் நிறுவனங்கள், வாடிக்கையாளர்கள் இதை ஏற்றுக்கொள்வார்களா? அலுமினியத்தை ஓரங்கட்டிவிட்டு, பிளாஸ்டிக் ட்யூப்களால் ஜெயிக்கமுடியுமா?

ஆரம்ப காலத்தில், முதன்முறையாக டூத் பேஸ்ட் அறிமுகமான போது, ட்யூபெல்லாம் கிடையாது. கிலோ கணக்கில் டூத் பேஸ்ட்டைத் தயாரித்து, பீங்கான் ஜாடிகளில் அடைத்துதான் விற்பனை செய்வார்கள்.

இதனால், அந்தக் கால மக்கள் காலை எழுந்தவுடன் பல் தேய்ப்பதற்கு ட்யூபைப் பிதுக்கமுடியாது. டூத் பிரஷ்ஷை ஜாடிக்குள் நுழைத்து, அப்படியே பேஸ்ட்டை எடுத்துக்கொள்ளவேண்டியதுதான்.

அதன்பிறகு, அடுத்தவர் வருவார், அதே ஜாடிக்குள் தன்னுடைய டூத் பிரஷ்ஷை நுழைப்பார். உவ்வே!

படிக்கும்போதே நமக்கு வாந்தி வருவதுபோலிருக்கிறது, அந்தக் காலத்து ஜனங்கள் எவ்வளவு கஷ்டப்பட்டிருப்பார்கள் என்று யோசித்துக்கொள்ளுங்கள்.

இந்தச் சிரமங்களைத் தவிர்ப்பதற்காகத்தான், டூத் பேஸ்ட்டை ட்யூபில் அடைத்து விற்கும் தொழில்நுட்பம் அறிமுகமானது. அதன்பிறகு, நமக்கு வேண்டிய அளவு டூத் பேஸ்ட்டைமட்டும் பிதுக்கிக்கொள்ளலாம். அநாவசியமாக அடுத்தவருடைய எச்சில் ஜாடிக்குள் நுழையவேண்டியதில்லை.

இதையடுத்து, டூத் பேஸ்ட்மட்டுமின்றி, மருந்துகள், இன்னபிற பொருள்கள் எல்லாமே, வெள்ளீயம் *(Tin)*, காரீயம் *(Lead)* போன்ற உலோகங்களால் தயாரிக்கப்பட்ட ட்யூப்களில் கிடைக்கத் தொடங்கின. மக்கள் இந்த சவுகர்யத்துக்குப் பழகியபிறகு, ட்யூப்களின் தயாரிப்பு பெருமளவு அதிகரித்தது.

இரண்டாம் உலகப்போர் காலகட்டத்தில், வெள்ளீயம், காரீயம் போன்ற உலோகங்களுக்குக் கடும் தட்டுப்பாடு ஏற்பட்டது. இதனால், எல்லோரும் அலுமினிய ட்யூப்களுக்குத் தாவினார்கள்.

இப்போது, உலகப் போர் முடிந்து பல ஆண்டுகளாகிவிட்டன, ஆனாலும், தொழில்துறையில் அலுமினிய ட்யூப்கள் அழுத்தமாகக் காலூன்றியிருக்கின்றன. அவற்றை நீக்கிவிட்டு, பிளாஸ்டிக் ட்யூப்களைப் பிரபலப்படுத்தமுடியுமா? சுபாஷ் சந்திராவுக்குச் சந்தேகமாகவே இருந்தது.

அலுமினிய ட்யூப் தயாரிப்பில் ஒரு பெரிய பிரச்னை, உலோகத் தகடுகளை அடிக்கடி சுத்தம் செய்யவேண்டும். இதற்குப் பயன்படுத்தும் ரசாயனப் பொருள்கள், ட்யூபினுள் இருக்கும் டூத் பேஸ்ட், இன்னபிற சமாசாரங்களைப் பாதித்துவிடும் ஆபத்து உண்டு.

யோசித்துப் பாருங்கள், அலுமினிய ட்யூபினுள் இருக்கும் பற்பசையில், கொஞ்சூண்டு வேற்று ரசாயனம் கரைந்திருக்கிறது என்றால், எந்த நம்பிக்கையில் அதைப் பல்லில் போட்டுத் தேய்க்கமுடியும்?

அதுமட்டுமில்லை. சில சமயங்களில் அலுமினியமே உள்ளே இருக்கும் பொருள்களுடன் இணைந்து வேதிவினை புரிந்துவிடுகிறது. இதனால் கிடைக்கும் கலவைகளும் மனித உடலுக்கு ஆகாதவைதான்.

பிளாஸ்டிக்கில் இந்தப் பிரச்னைகள் இல்லை. அலுமினியத்தோடு ஒப்பிடுகையில், இதில் பாதுகாப்பும் மிக அதிகம்.

சுபாஷ் சந்திரா முதன்முறையாக அந்த பிளாஸ்டிக் ட்யூபைக் கையில் எடுத்துப் பார்த்தபோது, அவருக்கு அதன் முக்கியத்துவம் முழுசாகப் புரியவில்லை. அந்த இயந்திரத்தைத் தயாரித்தவர்களும், அந்தத் துறை சார்ந்த மற்ற நிபுணர்களும்

அவருக்கு பிளாஸ்டிக் ட்யூப்களின் மகிமையை விளக்கிச் சொன்னார்கள்.

பிளாஸ்டிக் ட்யூப் என்பது, மேல்பார்வைக்கு ஒன்றாகத் தெரிந்தாலும், அதில் ஏழுக்கும் மேற்பட்ட அடுக்குகள் உண்டு. இவற்றை ஒன்றாகப் பிணைத்திருக்கும் தொழில்நுட்பம், துளி கசிவு இல்லாமல் பார்த்துக்கொள்கிறது.

இன்னொரு முக்கியக் காரணம், அலுமினிய ட்யூப்களைவிட பிளாஸ்டிக் ட்யூப்கள் பார்க்க அழகாக இருக்கும். அவற்றின்மீது ஜிலுஜிலு வண்ணங்களில் நம்முடைய நிறுவனத்தின் பெயர், சின்னம், விளம்பர வாசகங்களையெல்லாம் நன்றாக அச்சிடலாம்.

கடைசியாக, அலுமினிய ட்யூப்களுடன் ஒப்பிடும்போது, பிளாஸ்டிக்கில் செலவு குறைவு. இந்த ஒரே ஒரு காரணத்தால், பெரும்பாலான தொழில் நிறுவனங்கள் சீக்கிரமே பிளாஸ்டிக்கிற்கு மாறப்போகிறார்கள் என்று அந்த நிபுணர்கள் கையில் அடித்துச் சத்தியம் செய்தார்கள்.

யோசிக்க யோசிக்க, பிளாஸ்டிக் ட்யூப்களில் முதலீடு செய்வது புத்திசாலித்தனம் என்று சுபாஷ் சந்திராவுக்குத் தோன்றியது. பிளாஸ்டிக் ட்யூப்கள் இன்றைக்குப் பிரபலமில்லாமல் இருக்கலாம். ஆனால், புதுமையான இந்தத் தொழில்நுட்பத்தில் இப்போது பணம் போட்டால், வருங்காலத்தில் நிஜமாகவே பிளாஸ்டிக் ட்யூப்கள் மார்க்கெட்டில் உச்சத்தைத் தொடும்போது காசை அள்ளிவிடலாம்.

நல்ல திட்டம்தான். ஆனால் எதார்த்தத்தில் சரிப்படுமா? சுபாஷ் சந்திராவுக்குப் புரியவில்லை. ஆனால், துணிந்து இறங்கிப் பார்த்துவிடலாம் என்று முடிவெடுத்துவிட்டார்.

6. அசத்தப்போவது யாரு?

இந்தியக் கலாசாரத்தில், கூட்டுக் குடும்பத்துக்குத் தனி மரியாதை உண்டு.

வீட்டில் மட்டுமில்லை, வெளியே தொழில் முயற்சிகளிலும் ஒரு குடும்பத்தைச் சேர்ந்தவர்கள் ஒன்றாக முதலீடு செய்வது, உழைப்பது நம் ஊரில் சகஜம். நம்பிக்கையான இன்னொரு பிஸினஸ் கூட்டாளியை, ஊழியரைத் தேடிப் பிடிப்பதற்கு பதிலாக, சொந்தச் சகோதரர்கள், மகன்கள், உறவினர்களை நம்பிப் பொறுப்பை ஒப்படைக்கலாம் என்பது நம்மவர்களின் கணக்கு.

இன்றைக்கும், சுபாஷ் சந்திராவின் நிறுவனங்கள் எதை எடுத்துக்கொண்டாலும், அவருடைய மகன்கள், அல்லது தம்பிகள், அல்லது அவர்களுடைய வாரிசுகள் தென்படுகிறார்கள். பெரும்பாலான முக்கியப் பொறுப்புகளை, இவர்களிடம்தான் ஒப்படைத்திருக்கிறார் சுபாஷ் சந்திரா.

'நீங்கள் உங்களுடைய நிறுவனங்களில், உங்கள் குடும்ப உறுப்பினர்களுக்கு அதிக முக்கியத்துவம் தருவதாக ஊரில் பேசிக்கொள்கிறார்களே, உண்மையா?' என்று ஒரு பேட்டியில் கேட்கப்பட்டபோது, சுபாஷ் சந்திரா அதற்குக் கோபப்படாமல் நிதானமாகப் பதில் சொல்லியிருந்தார்.

'ஒருவர், என்னுடைய சொந்தக்காரரா, இல்லையா என்பது முக்கியமில்லை. அவர் எந்த அளவு உண்மையாக உழைக்கிறார் என்பதுதான் அந்த நிறுவனத்தின் வெற்றி, தோல்வியைப் பாதிக்கும்'

'என்னுடைய தம்பியோ, மகனோ என் நிறுவனத்துக்காக உழைத்தால் என்ன தப்பு? சொல்லப்போனால், மற்றவர்கள் ஏதேனும் தவறு செய்தால், அவர்களுக்கு வேலைதான் போகும், ஆனால் இவர்கள் ஏதேனும் சொதப்பினால், குடும்பமே நடுத்தெருவுக்கு வந்துவிடும், அந்தப் பொறுப்பு உணர்ச்சி காரணமாக, அவர்கள் மற்றவர்களைவிட கவனமாகச் சிந்தித்துச் செயல்படுவார்கள்.'

இப்படி அழுத்தமாகத் தனது குடும்ப உறுப்பினர்களை ஆதரித்துப் பேசினாலும், ஏதேனும் ஒரு பிரச்னை என்று வந்துவிட்டால், சுபாஷ் சந்திராவின் முகம் மாறிவிடும். மற்றவர்களின் குறைகளுக்கு லேசாகக் கோபப்படுகிறவர், தன்னுடைய சொந்தக்காரர்கள் தப்பு செய்துவிட்டால் பாய்ந்து பிடுங்கிவிடுவார் என்கிறது அவருடைய நெருங்கிய வட்டாரம்.

சுபாஷ் சந்திராவின் இயல்பே இதுதான், ஒருவரை நம்பவேண்டும் என்றால், முழுவதுமாக நம்புவார், சுதந்திரம் கொடுப்பார், பொறுப்புகளை நம்பி ஒப்படைப்பார். ஆனால் ஏதேனும் தவறு செய்துவிட்டால் அதே வேகத்துடன் அவர்கள்மீது கோபப்படுவார், தண்டனையும் பலமாக இருக்கும். இந்த விஷயத்தில் சொந்தக்காரர், பக்கத்துவீட்டுக்காரர் என்கிற வித்தியாசமே கிடையாது.

இன்றைக்கு, அநேகமாக சுபாஷ் சந்திராவின் குடும்பம் முழுவதும், அவருடைய நிறுவனங்களுக்காக உழைத்துக்கொண்டிருக்கிறது. ஆனால் ஆரம்ப காலத்தில், சுபாஷ் சந்திரா தனது தொழில் முயற்சிகளைத் தொடங்கியபோது அவருக்குத் தோள் கொடுத்த சகோதரர், லஷ்மி நரேன்.

இவர்கள் இருவரும் இணைந்து ஆரம்பித்த முதல் நிறுவனத்துக்கு, 'எஸ்எல்' (SL) என்று பெயர் சூட்டியிருந்தார்கள். இதில் 'எஸ்' என்பது சுபாஷ் சந்திராவையும், 'எல்' என்பது லஷ்மி நரேனையும் குறிப்பிடுகிறது.

எண்பதுகளின் தொடக்கத்தில், சுபாஷ் சந்திரா பிளாஸ்டிக் லாமினேஷன் ட்யூப் தொழில்நுட்பத்தை இந்தியாவுக்குக் கொண்டுவர முடிவெடுத்தபோது, அதற்கு அவர் தேர்ந்தெடுத்த பெயர், 'எஸ்ஸெல்' *(Essel)*. இது, *'SL'* என்ற பழைய பெயரின் நீள்வடிவம்தான்.

'எஸ்ஸெல் பேக்கேஜிங்' *(Essel Packaging)* என்ற பெயரில் தொடங்கப்பட்ட அந்த முதல் நிறுவனம்தான், இன்றைக்கு 'எஸ்ஸெல் குழுமம்' *(Essel Group)* என்ற பெயரில் பிரம்மாண்டமாக விரிந்துநிற்கிறது. பத்துக்கும் மேற்பட்ட வெவ்வேறு தொழில்களில் வெற்றிக் கொடி நாட்டியிருக்கும் நிறுவனம் எஸ்ஸெல்.

இத்தனைக்கும் ஆரம்பம், எஸ்ஸெல் பேக்கேஜிங். முதன்முறையாக, இந்தியாவில் பிளாஸ்டிக் லாமினேஷன் ட்யூப்களை அறிமுகப்படுத்திய நிறுவனம் இது.

தொடக்கத்தில், வெளிநாட்டுத் தொழில்நுட்பம், இயந்திரங்களை அப்படியே இந்தியாவுக்கு இறக்குமதி செய்து, அவர்களுடைய ஆதரவு, ஒத்துழைப்புடன் பிளாஸ்டிக் ட்யூப்களைத் தயாரிக்கத் தொடங்கினார் சுபாஷ் சந்திரா. அதன்பிறகு, கொஞ்சம் கொஞ்சமாக அவர்களே அந்தத் தொழில்நுட்பத்தைப் படித்துக்கொண்டு, சொந்தமாகச் செயல்பட ஆரம்பித்தார்கள்.

ஆனால், சுபாஷ் சந்திரா நினைத்ததுபோல், பிளாஸ்டிக் ட்யூப்கள் உள்ளூரில் விலைபோகவில்லை. ஏற்கெனவே அந்தச் சந்தையில் முழு ஆதிக்கம் செலுத்திக்கொண்டிருந்த அலுமினிய ட்யூப்களை வெளியேற்றுவது, அத்தனை சுலபம் இல்லை என்று சுபாஷுக்குப் புரிய ஆரம்பித்தது.

இதனால், பிளாஸ்டிக் ட்யூப் தொழில்நுட்பத்தை நம்பி சுபாஷ் சந்திரா உருவாக்கியிருந்த தொழிற்சாலை, சுறுசுறுப்பில்லாமல் தூங்கி வழிந்தது. இயந்திரங்களில் பூனைகள் குடிபுகுந்தன, ஊழியர்கள் என்ன செய்வது என்று புரியாமல் திகைத்துக்கொண்டிருந்தார்கள்.

மீண்டும், சுபாஷ் சந்திரா ஒரு தோல்வியை எதிர்நோக்கிக் கொண்டிருந்தார். கோடிக்கணக்கில் முதலீடு செய்ததெல்லாம்

மறுபடியும் வீணாகப்போகிறதா? இன்னொருமுறை, பூஜ்ஜியத்துக்குக் கீழே இறங்கித் தடுமாறவேண்டுமா?

அப்போது சுபாஷ் சந்திரா நினைத்திருந்தால், இந்த விஷப் பரீட்சை வேண்டாம் என்று பிளாஸ்டிக் ட்யூப் தொழிற்சாலையை இழுத்து மூடியிருக்கலாம். அவர் கொஞ்சூண்டு நஷ்டத்துடன் தப்பித்திருப்பார்.

ஆனால், கையில் பணம் இருக்கிறதே, வாரி இறைக்கலாமே என்று அவர் ஜாலியாக இந்தத் தொழிலில் இறங்கவில்லை. நிஜமாகவே, அலுமினிய ட்யூப்களைவிட, பிளாஸ்டிக் ட்யூப்கள் சிறந்தவை, அவற்றுக்குச் சந்தையில் நல்ல வரவேற்பு இருக்கும் என்று முழுமையாக நம்பித்தான் இதில் ஈடுபட முடிவு செய்திருந்தார். இப்போது, அந்த நம்பிக்கையை அவர் சந்தேகப்பட விரும்பவில்லை. துணிந்து இறங்கிவிட்டோம், எதிர்நீச்சல் போடவேண்டியதுதான் என்று தீர்மானித்தார்.

இதனால், பெரும் நஷ்டத்துக்கு இடையிலும், தனது 'எஸ்ஸெல் பேக்கேஜிங்' நிறுவனத்தைத் தொடர்ந்து நடத்திவந்தார் சுபாஷ் சந்திரா. அந்தப் பெரிய தொழிற்சாலையின் மொத்தச் செயல்திறனில் துளியூண்டுதான் ட்யூப்களாக உற்பத்தி செய்யப்பட்டு விற்பனையானது, மிச்சமெல்லாம், வீணாகக் காற்று வாங்கிக்கொண்டிருந்தது.

இப்படி ஒரு வருடம், இரண்டு வருடம் இல்லை, முழுசாக ஐந்து ஆண்டுகள் போராடினார் சுபாஷ் சந்திரா. இந்தக் காலகட்டத்தில் அவர் அனுபவித்த சிரமங்கள் கொஞ்சநஞ்சமில்லை.

இந்தத் தொழில்மீது அவருக்கு இருந்த நம்பிக்கை, மற்ற கூட்டாளிகளுக்கு இல்லை. 'ஏன் இதில் அநாவசியமாகப் பணத்தைக் கொட்டி வீணடிக்கிறீர்கள்?' என்றுதான் அவர்கள் சலித்துக்கொண்டிருந்தார்கள்.

சிலர், ஆரம்பத்தில் எல்லாவற்றுக்கும் 'சரி சரி' என்று தலையாட்டிவிட்டு, பிறகு 'என்னால் முடியாது' என்று பின்வாங்கினார்கள். எதையும், யாரையும் நம்பித் தொழிலில் ஈடுபடமுடியவில்லை. மிகுந்த உடல், மனச் சோர்வை அனுபவித்தார் சுபாஷ் சந்திரா.

இத்தனை மன அழுத்தத்தை, சுபாஷ் சந்திரா அதற்குமுன் எப்போதும் உணர்ந்தது இல்லை. டென்ஷனைத் தாங்கமுடியாமல், அவருடைய தலைமுடியின் முன்பகுதி, திடீரென்று அப்படியே வெளுத்துவிட்டது.

சிரிக்காதீர்கள், நிஜம்தான். சந்தேகமிருந்தால், இந்தப் புத்தகத்தின் முன் அட்டையைத் திருப்பிப் பாருங்கள், சுபாஷ் சந்திராவின் தலைமுழுவதும் கறுப்பாக இருக்கும், முன்பகுதியில் ஒரு கொத்து முடிமட்டும் வெள்ளை வெளேரென்று நரைத்திருக்கும்.

இந்த ஒரு கொத்து நரை முடி, இளமைக் காலத்து பிஸினஸ் பரபரப்பு சுபாஷ் சந்திராவுக்குத் தந்த பரிசு. பின்னர், வயது காரணமாக அவருடைய தலைமுடி முழுவதுமாக நரைத்துவிட்டது. என்றாலும், அந்த ஒரு கொத்து முடியைமட்டும் வெள்ளையாகவே விட்டு, மிச்சத்துக்குதான் கறுப்புச் சாயம் பூசுகிறார் சுபாஷ் சந்திரா.

ஆனால், இப்படி முடியெல்லாம் நரைத்துப்போகும் அளவுக்கு டென்ஷனான ஒரு தொழிலில் ஏன் தொடர்ந்து ஈடுபடவேண்டும்? வருடம் தவறாமல் நஷ்டம் தருகிற ஒரு தொழிற்சாலையில், ஏன் மேலும் மேலும் பணத்தை, உழைப்பைக் கொட்டவேண்டும்?

இதைப்பற்றி சுபாஷ் சந்திரா கவலைப்படவே இல்லை. நேற்றைய நஷ்டத்தைத் தாற்காலிகமாக மறந்துவிட்டு, வருங்காலத்தில் எப்படியாவது பிளாஸ்டிக் ட்யூப்களை இந்தியாவில் பிரபலப்படுத்திவிடவேண்டும், 'எஸ்ஸெல் பேக்கேஜிங்' நிறுவனத்தை லாபத்துக்குக் கொண்டுவந்துவிடவேண்டும் என்கிற ஒரே நோக்கத்துடன் கடுமையாக உழைத்துக்கொண்டிருந்தார் அவர்.

1988ம் ஆண்டுவரை, 'எஸ்ஸெல் பேக்கேஜிங்' மேலும் மேலும் நஷ்டத்தைக் குவித்துக்கொண்டிருந்தது. ஆனால், சுபாஷ் சந்திரா சளைக்காமல், தொழில்நுட்பத்தை நவீனப்படுத்துவது, தொழிற்சாலையின் உற்பத்தி அளவை அதிகப்படுத்துவது என்று சுறுசுறுப்பாக இயங்கிக்கொண்டிருந்தார். ஏற்கெனவே அந்தத் தொழிற்சாலையில் இருக்கும் இயந்திரங்கள்,

ஊழியர்களுக்குக்கூட போதுமான வேலை இல்லை, இந்த லட்சணத்தில் இன்னும் செயல்திறனை அதிகரித்து என்ன செய்யப்போகிறார் சுபாஷ் சந்திரா?

நியாயமான கேள்விதான். ஆனால், எப்படியாவது சந்தையில் பிளாஸ்டிக் ட்யூப்களுக்குக் கிடைக்கவேண்டிய நியாயமான வரவேற்பு, கிடைத்தே தீரும் என்று உறுதியாக நம்பினார் சுபாஷ் சந்திரா. அப்படி ஒரு வரவேற்பு வரும்போது, பிளாஸ்டிக் ட்யூப்களின் தேவை பெருமளவு அதிகரிக்கும், அதற்கேற்ப, இப்போதே தம்முடைய தொழிற்சாலையின் செயல்திறனை மேம்படுத்திக்கொண்டிருந்தார் அவர்.

சுபாஷ் சந்திராவின் இந்தச் சிந்தனையைப் புரிந்துகொள்வதற்கு, ஒரு சின்ன உதாரணம் பாருங்கள், ஒரு நகரத்தில், எல்லோரும் டீ குடிக்கிறார்கள். அப்போது, ஒரு புதிய தொழிலதிபர், ஊர் மத்தியில் காபிக் கடை வைக்கிறார். அந்தக் காபிக் கடையில், நாற்பது நாற்காலிகள், ஆனால், ஒரு நாளைக்கு இரண்டு, அல்லது மூன்று பேர்தான் தலைகாட்டுகிறார்கள். ஏகப்பட்ட நஷ்டம்.

ஆனால் அந்தக் கடையின் முதலாளி, இதை நினைத்துக் கவலைப்படவில்லை. கடையை விரிவுபடுத்தி, இன்னும் நாற்பது நாற்காலிகளை வாங்கிப்போடுகிறார்.

இதைப் பார்த்த மற்றவர்கள் சிரிக்கிறார்கள், 'இருக்கிற நாற்பது நாற்காலிகளே காலியாகக் கிடக்கின்றன, இன்னும் நாற்பது எதற்கு?' 'நாளைக்கு, இந்த ஊரில் காபி மிகப் பிரபலமாகிவிடும், அப்போது எல்லோரும் என் கடையைத் தேடி வருவார்கள், அவர்கள் உட்காரப் போதுமான நாற்காலிகள் வேண்டாமா?'

கேட்பதற்கே அபத்தமாக இருக்கிறதில்லையா? என்றைக்கோ வரப்போகிற கூடுதல் வாடிக்கையாளர்களை நம்பி, நஷ்டத்தில் ஓடிக்கொண்டிருக்கும் ஒரு கடையை விரிவுபடுத்துவது எத்தனை பெரிய மடத்தனம்!

இந்தக் கதையில், டீ-க்குபதில், அலுமினிய ட்யூப்கள், காபிக்கு பதில் பிளாஸ்டிக் ட்யூப்களை நினைத்துக்கொள்ளுங்கள். அதுதான் சுபாஷ் சந்திராவின் கதை.

என்னதான் எஸ்ஸெல் பேக்கேஜிங் நிறுவனம் நஷ்டத்தில் இயங்கினாலும், ஏதோ ஒரு நம்பிக்கையில் அதன்மீது தொடர்ந்து முதலீடு செய்துகொண்டிருந்தார் சுபாஷ் சந்திரா. ஆனால், அவருடைய உழைப்புக்கு ஒரு துளி பலன்கூட இல்லை, தொடர்ந்து நஷ்டம், நஷ்டம், நஷ்டத்தைமட்டுமே பார்த்துக்கொண்டிருந்தது எஸ்ஸெல் பேக்கேஜிங்.

'அதுவும் ஒருவிதத்தில் நல்லதுதான்' என்றார் சுபாஷ் சந்திரா, 'ஆரம்பத்திலேயே எல்லோரும் எங்களிடம் பிளாஸ்டிக் ட்யூப்களை வாங்கிக் குவித்திருந்தால், நாங்கள் எங்களுடைய குறைகளைக் கண்டுபிடித்துத் தீர்க்கும் வாய்ப்பு ஏற்பட்டிருக்காது'

அதாவது, வாடிக்கையாளர்கள் எஸ்ஸெல் தயாரிக்கும் பிளாஸ்டிக் ட்யூப்களை வாங்க மறுக்கிறார்கள் என்றால், அதற்கு என்ன காரணம்? நம்மிடம் என்ன பிரச்னை? இந்தக் கோணத்தில் தீவிரமாக யோசிக்க ஆரம்பித்தார் சுபாஷ் சந்திரா.

பொதுவாக, பிளாஸ்டிக் ட்யூப்களை வாங்குகிறவர்கள் யார்? பெரிய, மிகப் பெரிய நிறுவனங்கள். உதாரணமாக, *Unilever, Procter & Gamble, Colgate Palmolive.*

உலக அளவில் பிரம்மாண்டமாகப் பரந்து விரிந்திருக்கும் இந்தப் பெரிய நிறுவனங்களுடன் ஒப்பிட்டால், எஸ்ஸெல் பேக்கேஜிங் ஒரு சின்னக் கொசு. இத்தனை சிறிய ஒரு நிறுவனத்திடம், அவர்கள் தங்களுக்குத் தேவையான ட்யூப்களை வாங்கவேண்டும் என்றால், அதற்கு நாம் என்னவெல்லாம் கவனித்துச் செய்யவேண்டியிருக்கும்?

பெரிய நிறுவனங்கள் எதிர்பார்க்கும் தர ஒழுங்கு *(Quality Control)* எப்படிப்பட்டது? அந்த அளவு தரமான பொருள்களை நாம் தயார் செய்கிறோமா? இல்லையா?

சுபாஷ் சந்திரா இப்படி விசாரித்தபோது, எஸ்ஸெல் பேக்கேஜிங் அதிகாரிகள் திருதிருவென்று விழித்தார்கள், 'என்னாச்சு? நம்முடைய ட்யூப்கள் தரமானவைதானே?'

'அது எப்படிச் சொல்லமுடியும் சார்? அதற்கு நாம் தனியே பல தரப் பரிசோதனைகளைச் செய்யவேண்டுமே.'

'செய்யுங்கள்' என்றார் சுபாஷ் சந்திரா, நம்முடைய தயாரிப்புகள் தரமானவை என்று இந்தப் பெரிய வாடிக்கையாளர்களுக்கு நிரூபிக்கவேண்டும், அதற்கு என்னவெல்லாம் பரிசோதனைகள் செய்யவேண்டியிருக்கும் என்று யோசித்து, அத்தனையையும் செய்துமுடிக்கவேண்டும். அப்போதுதான், அவர்கள் நம்மை நம்பி வாங்குவார்கள்.

இதேபோல், செலவைக் குறைத்து உற்பத்தியைப் பெருக்குவது எப்படி? நவீன தொழில்நுட்பங்களை எங்கே, எப்போது, எப்படிப் பயன்படுத்துவது, இப்படிப் பல கோணங்களில் யோசித்து, உரிய மாற்றங்களைச் செயல்படுத்தினார் சுபாஷ் சந்திரா.

அவருடைய உழைப்புக்குப் பலன் சீக்கிரத்திலேயே கிடைத்தது. அதுவரை எஸ்ஸெல்லின் தயாரிப்புகளை இடக்கையால் ஒதுக்கிக்கொண்டிருந்த பெரிய நிறுவனங்கள், இப்போது அவற்றை நம்பிக்கையோடு வாங்கிப் பயன்படுத்த ஆரம்பித்தார்கள்.

இந்தப் பெரிய நிறுவனங்களிடம் என்ன ஒரு விசேஷம் என்றால், அவர்கள் உங்களை நம்பும்வரை, ஒரு பொருட்டாகக்கூட மதிக்கமாட்டார்கள். அந்தச் சிரமத்தைத் தாண்டி, எப்படியாவது அவர்களிடம் நல்ல பெயர் எடுத்துவிட்டால் போதும், அதன்பிறகு உங்களை அவர்கள் முழுமையாக நம்புவார்கள், ஆதரவு அளிப்பார்கள்.

எஸ்ஸெல் பேக்கேஜிங் விஷயத்திலும் இதேதான் நடந்தது. தங்களிடம் என்ன பிரச்னை என்பதைப் புரிந்துகொண்டு, சுபாஷ் சந்திரா அதனைச் சரிசெய்தபிறகு, பெருநிறுவனங்கள் பிளாஸ்டிக் ட்யூப்களை நம்பி ஏற்றுக்கொண்டார்கள், பெரும் எண்ணிக்கையில் வாங்கிக் குவிக்க ஆரம்பித்தார்கள்.

முதன்முறையாக, 1989ம் ஆண்டுதான் எஸ்ஸெல் பேக்கேஜிங் தொழிற்சாலைகள் அவற்றின் முழுச் செயல்திறனில் இயங்கின. ஐந்து வருட நஷ்டம் மறைந்து, லேசாக லாபம் தலைகாட்டத் தொடங்கியது.

இந்த மாற்றத்துக்கு இன்னொரு முக்கியமான காரணம், இந்தக் காலகட்டத்தில்தான், இந்தியாவில் டூத் பேஸ்ட் என்பது, வெறும்

பல்லைச் சுத்தப்படுத்தும் சமாசாரமாக இல்லாமல், ஓர் அழகு சாதனமாக மாறிக்கொண்டிருந்தது.

அதுவரை, 'பற்களை முத்துப்போல் பிரகாசிக்கச் செய்வது', 'கிருமிகளை முழுவதுமாக நீக்குவது', 'வாய் துர்நாற்றத்தைப் போக்குவது' என்றெல்லாம் பற்பசைகளுக்கு விளம்பரம் செய்துகொண்டிருந்தார்கள். ஆனால் இப்போது, அதே பற்பசை விளம்பரங்கள் 'இந்த டூத் பேஸ்டைப் பயன்படுத்தினால், உங்களுடைய வாழ்க்கையே மாறிவிடும், உற்சாகப் பேர்வழியாகிவிடுவீர்கள், எல்லோரும் உங்களுடன் சிநேகிதர்களாக வந்து மொய்ப்பார்கள்' என்றெல்லாம் பேசத் தொடங்கின.

இந்த மாற்றத்தைத் தொடங்கிவைத்தது, ஹிந்துஸ்தான் லீவர் நிறுவனத்தின் 'க்ளோஸப்' *(Closeup)* பற்பசை. அவர்களுடைய போட்டியைச் சமாளிப்பதற்காக, கோல்கேட் - பாமோலிவ் நிறுவனமும் 'கோல்கேட் ஜெல்' *(Colgate Gel)* என்ற பெயரில் இளைஞர்களுக்கான ஒரு புதிய 'யூத்' பற்பசையை அறிமுகப்படுத்தியது.

அதுவரை, இந்தியாவில் டூத் பேஸ்ட் வாங்குவது குடும்பத் தலைவர் அல்லது இல்லத்தரசியின் பொறுப்பு. அவர்கள் வாங்கும் ஒரு டூத் பேஸ்ட்டைத்தான் எல்லோரும் பயன்படுத்துவார்கள்.

ஆனால் இப்போது, இளைஞர்கள், 'எங்களுக்கு அந்தப் பழைய டூத் பேஸ்ட் வேண்டாம், இதுதான் வேண்டும்' என்று குறிப்பிட்டுக் கேட்கத் தொடங்கினார்கள். வண்ணமயமான, அவர்களுடைய வாழ்க்கையையே மாற்றிவிடக்கூடிய 'ஜெல்' பேஸ்ட்களுக்கு இளைய சமுதாயத்தில் அப்படி ஒரு வரவேற்பு.

இளைஞர்களைக் கவர்வது என்றால் சாதாரண விஷயமா? அவர்களைச் சட்டென்று ஈர்க்கும்படி, பார்க்க அழகாக, பளபளப்பாக டூத் பேஸ்ட்களைப் பேக் செய்து அலங்காரமாக, அட்டகாசமாகத் தரவேண்டாமா?

அதற்கு அலுமினிய ட்யூப்கள் வசதிப்படாது, மாறிவிட்ட தலைமுறையைக் குறிப்பதற்கு, பிளாஸ்டிக் ட்யூப்கள் ஓர் அடையாளமாக எல்லோராலும் ஏற்றுக்கொள்ளப்பட்டன.

இதனால், இந்தியாவில் பற்பசை தயாரித்து விற்பனை செய்யும் நிறுவனங்கள் அனைத்தும், மெல்ல அலுமினிய ட்யூப்களைத் துறந்து, பிளாஸ்டிக் ட்யூப்களுக்கு மாறத் தொடங்கினார்கள். மக்களும், 'மொழமொழன்னு யம்மா யம்மா' என்று பாடாத குறையாக அவற்றை அள்ளிக்கொண்டார்கள்.

இந்த மாற்றம்தான், எஸ்ஸெல் பேக்கேஜிங் நிறுவனத்தின் வெற்றிப் பாதையைத் தொடங்கிவைத்தது. சுபாஷ் சந்திரா இத்தனை நாள் பொறுமையாகக் காத்திருந்ததற்கு நல்ல பலன். அவருடைய காபிக் கடையில், கூட்டம் சேரத் தொடங்கியது.

அப்போது, உள்ளூரில் பிளாஸ்டிக் லேமினேஷன் ட்யூப்களைத் தயாரிக்கக்கூடிய போட்டி நிறுவனங்கள் யாருமே இல்லை. ஆகவே, ஜெல் பேஸ்ட்களுடன் சந்தையில் குதித்த பெரிய நிறுவனங்கள் எல்லாமே, தங்களுடைய ட்யூப் தேவைகளுக்கு எஸ்ஸெலைத் தேடி வரவேண்டியிருந்தது.

பிளாஸ்டிக் ட்யூப் பற்பசைகள் மக்களிடையே பிரபலமாகத் தொடங்கியதும், கொஞ்சம் கொஞ்சமாக அலுமினிய ட்யூப்களுக்கு வரவேற்பு குறைந்தது. கலர் டிவி வந்ததும், எல்லோரும் கறுப்பு வெள்ளைத் தொலைக்காட்சிகளை மாற்றினார்களே, அதுபோலதான்.

ஒரே ஆண்டுக்குள், பற்பசை ட்யூப் சந்தையில் எண்பது சதவிகிதத்துக்குமேல் எஸ்ஸெல் பேக்கேஜிங் கைப்பற்றிவிட்டது. குறிப்பிடத்தக்க போட்டியாளர்கள் யாரும் இல்லாமல், மொத்தமாக லாபத்தை அள்ளிவிட்டார்கள். டூத் பேஸ்ட்டில் தொடங்கிய எஸ்ஸெல் வெற்றிக்கதை, அழகு சாதனங்கள், மருந்துகள் என்று நீண்டது. இதன்மூலம், இந்தியாவின் முன்னணி நிறுவனங்களில் ஒன்றாக உயர்ந்தது எஸ்ஸெல் பேக்கேஜிங்.

அப்போதும், சுபாஷ் சந்திரா அக்கடா என்று உட்கார்ந்துவிடவில்லை. அடுத்து என்ன என்று யோசிக்கத் தொடங்கிவிட்டார். பிளாஸ்டிக் லாமினேஷன் ட்யூப் உற்பத்தியில், இந்தியாவிலேயே எஸ்ஸெல் பேக்கேஜிங்தான் நம்பர் ஒன். ஆனால், இந்தியாவுக்கு வெளியே?

நம் ஊரில்மட்டுமில்லை, உலகம்முழுவதும் டூத் பேஸ்ட், ஷேவிங் கிரீம், மருந்துகள், சிவப்பழகு சமாசாரங்கள் உண்டு. அங்கெல்லாம், எஸ்ஸெலின் பிளாஸ்டிக் ட்யூப்கள் சென்று சேரவேண்டும் என்று விரும்பினார் சுபாஷ் சந்திரா.

ஆனால், ஓர் இந்திய நிறுவனம், உலக அளவுக்கு உயர்வது என்றால் சாதாரண விஷயமா? ஏகப்பட்ட பணத்தை, உழைப்பை, முழு கவனத்தைச் செலுத்திப் போராடினால்தான், சர்வதேசச் சந்தையில் கொஞ்சமேனும் கௌரவமாகத் தலைகாட்டமுடியும்.

ஐந்தாறு ஆண்டுகளாக எஸ்ஸெல் பேக்கேஜிங்கைக் கஷ்டப்பட்டு வளர்த்த சுபாஷ் சந்திராவுக்கு, அது லாபகரமாக இயங்கத் தொடங்கியதும் அதன்மீது ஆர்வம் குறைந்துவிட்டது. இனிமேல், அது படிப்படியாக வளர்ந்துகொண்டேதான் போகும், எந்தச் சிரமமும் இருக்காது என்று ஊகித்தார் அவர்.

ஒரு தொழிலில் சிரமம் இல்லை என்றால், சுவாரஸ்யமும் இல்லை என்று அர்த்தம், அதற்குமேல் அங்கே தொடர்வதற்கு சுபாஷ் சந்திராவுக்கு விருப்பமில்லை. வேறு புதிய சவால்களைத் தேட விரும்பினார் அவர்.

ஆனால் அதற்காக, எஸ்ஸெல் பேக்கேஜிங்கை அப்படியே அந்தரத்தில் தொங்கவிடமுடியாது. அதற்குத் தகுதியான ஒரு தொழில்முறை *(Professional)* மேலாளர் / நிர்வாகியைக் கண்டுபிடித்து, அவர் கையில் பொறுப்புகளை ஒப்படைக்கவேண்டும். அதன்பிறகு, சுபாஷ் சந்திரா நிம்மதியாக வேறு விஷயங்களில் கவனம் செலுத்தப் போகலாம்.

எஸ்ஸெல் பேக்கேஜிங்கை நிர்வகிக்கத் தகுதியான ஆள் யார் என்று யோசித்தபோது, சட்டென்று சுபாஷ் சந்திராவின் நினைவுக்கு வந்தவர், சைரஸ் பக்வாடியா *(Cyrus Bagwadia)*. ஏற்கெனவே ஒருமுறை வேறுவிஷயமாக சைரஸைச் சந்தித்துப் பேசியிருந்த சுபாஷ், இப்போது மீண்டும் அவரைச் சந்தித்தார், எஸ்ஸெல் பேக்கேஜிங் நிறுவனத்தைப்பற்றி விவரித்தார்.

'இந்தக் கம்பெனியை அடுத்த நிலைக்குக் கொண்டுசெல்ல வேண்டும், உலக அளவில் விரிவாக்கவேண்டும், அதற்கு

நீங்கள்தான் சரியான ஆள்.' சைரஸ் இந்தச் சவாலை ஏற்றுக்கொண்டபோது, வருடம் 1995. அடுத்த ஐந்து ஆண்டுகளுக்குள், எஸ்ஸெலை உலகின் நம்பர் ஒன் நிறுவனமாக மாற்றிக் காட்டுகிறேன் என்று இலக்கு நிர்ணயித்துக்கொண்டார் அவர்.

அதன்பிறகு, சுபாஷ் சந்திரா எஸ்ஸெல் பேக்கேஜிங் நிறுவனத்தின் செயல்பாடுகளில் தலையிடவில்லை. ஏற்கெனவே 1993ம் ஆண்டு எகிப்தில் கால் பதித்திருந்த எஸ்ஸெல், சைரஸ் தலைமையில் வந்தபிறகு, 1997ல் சீனா, 1999ல் ஜெர்மனி, 2000ம் ஆண்டு நேபாளம் என்று படிப்படியாக முன்னேறியது.

ஐந்தே ஆண்டுகள், எஸ்ஸெலை உலகின் இரண்டாவது மிகப் பெரிய லேமினேஷன் பேக்கிங் நிறுவனமாக உயர்த்திவிட்டார் சைரஸ் பக்வாடியா.

அதே வருடம் (2000), உலகின் நான்காவது மிகப் பெரிய லேமினேஷன் பேக்கிங் நிறுவனமான, ஸ்விட்ஸர்லாந்தைச் சேர்ந்த ப்ரோபேக் (Propack AG) நிறுவனத்தை விலைக்கு வாங்கியது எஸ்ஸெல் பேக்கேஜிங். இந்த இரு நிறுவனங்களின் கூட்டமைப்பாக உருவான 'எஸ்ஸெல் ப்ரோபேக்' (Essel Propack) உலகின் 'நம்பர் 1' லேமினேஷன் பேக்கிங் நிறுவனமாக மாறியது.

இதையடுத்து, 2003ல் அமெரிக்கா, அடுத்த வருடம் இங்கிலாந்து என்று 'எஸ்ஸெல் ப்ரோபேக்' வெற்றிக் கதைகள் தொடர்ந்தன. சீனா போன்ற கடினமான சந்தைகளில்கூட, அவர்களால் தொடர்ந்து ஜெயிக்கமுடிந்தது.

இதற்கு முக்கியக் காரணம், சுபாஷ் சந்திரா தொடங்கிவைத்த, 'பொறுப்பைத் தகுதியானவரிடம் ஒப்படை'க்கும் விதிமுறைதான். ஒவ்வொரு நாட்டிலும் உள்ளூர்க் கலாசாரம், நடைமுறைகள், சந்தைபற்றி நன்கு அறிந்த ஒரு மேலாளர், நிர்வாகியைத் தேர்ந்தெடுத்து, அவர்கள் கையில் முழுப் பொறுப்பையும் தந்துவிடுவதன்மூலம், அநேகமாகத் தான் இயங்கும் எல்லா நாடுகளிலும் முதல் நிலையை எட்டியிருக்கிறது எஸ்ஸெல் ப்ரோபேக் நிறுவனம்.

அதேபோல், வெறும் ட்யூப்தானே என்று இருந்துவிடாமல்,

தொடர்ந்து பல ஆராய்ச்சிகள், புதுமைகளைச் செய்துகொண்டிருக்கிறது இந்நிறுவனம். இதனால், உலகெங்கும் உள்ள முக்கிய நிறுவனங்கள், தங்களுக்குத் தேவையான ட்யூப்களில் பெரும்பகுதியை 'எஸ்ஸெல் ப்ரோபேக்'கிடம்தான் வாங்குகிறார்கள்.

லேமினேஷன் ட்யூப் தயாரிப்பில், லாபம் என்னவோ குறைவுதான். ஆனால், ஒவ்வொருமுறையும் தயாரிக்கப்படும் ட்யூப்களின் எண்ணிக்கை மிக மிக அதிகம் என்பதால், ஒவ்வோர் ஆண்டும் முன்பைவிட அதிக லாபம் சம்பாதித்து உயர்ந்துகொண்டிருக்கிறது எஸ்ஸெல் ப்ரோபேக்.

இன்றைக்கு, சுபாஷ் சந்திராவின் எஸ்ஸெல் குழுமத்தில், 'எஸ்ஸெல் ப்ரோபேக்' ஒரு மிக முக்கியமான அங்கம். பன்னிரண்டு நாடுகளில் 23 தொழிற்சாலைகளை வெற்றிகரமாக நடத்திவரும் இந்நிறுவனம், உலகின் 'நம்பர் 1' கௌரவத்தையும் இன்றுவரை தக்கவைத்துக்கொண்டிருக்கிறது.

ஆனால், இதையெல்லாம் சுபாஷ் சந்திராவின் சாதனைகளாகச் சொல்லமுடியாது. எஸ்ஸெல் பேக்கேஜிங் நிறுவனம் இந்தியாவில் தொடங்கி உலகம்முழுவதும் பெரிய அளவில் வளர்ந்தபோது சுபாஷ் சந்திரா என்ன செய்துகொண்டிருந்தார்?

7. கொண்டாட்டம்

சுபாஷ் சந்திரா, எப்போது வெளிநாட்டுக்குப் பயணம் செய்தாலும் சரி, விமான நிலையத்தில், ரோட்டில், அலுவலகத்தில், தங்குமிடத்தில், சென்று பார்க்கிற சுற்றுலாத் தலங்களில் என எங்கேயும், கண்களை, காதுகளை அகலத் திறந்துவைத்திருப்பார்.

அங்கே என்னென்ன விஷயங்கள் அறிமுகமாகியிருக்கின்றன, அவற்றை மக்கள் எப்படி ரசிக்கிறார்கள், அந்த விஷயம் நம் ஊரில் எடுபடுமா என்றெல்லாம் தொடர்ந்து யோசித்துக்கொண்டே இருப்பார் சுபாஷ் சந்திரா. இதற்காக, அவருடைய பிஸினஸ் மூளை, அதிவேகத்தில் எந்நேரமும் செயல்பட்டுக்கொண்டிருந்தது.

அப்படி அவர் வெளிநாடுகளில் பார்த்து ரசித்து, இந்தியாவுக்குக் கொண்டுவர விரும்பிய ஒரு விஷயம், *'Amusement Parks'* எனப்படும் உல்லாசப் பூங்காக்கள்.

அதுவரை, இந்தியாவில் 'பூங்கா' என்றாலே இரண்டு அர்த்தம்தான். ஒன்று, சிறுவர்களுக்கான விளையாட்டுத் தலங்கள். இன்னொன்று, காதலர்களுக்கான ரொமான்ஸ் ஏரியாக்கள்.

இந்த 'வழக்கமான' பூங்காக்களைத் தாண்டி, மூன்றாவதாக வேறொரு புது விஷயத்தை இந்தியர்களுக்கு அறிமுகப்படுத்த விரும்பினார் சுபாஷ் சந்திரா. அவர் கற்பனை செய்த அந்தப் புதுமைப் பூங்காவை, குடும்பத்தினர் அனைவரும் சென்று பார்த்து ரசிக்கலாம். ஆறு முதல் அறுபதுவரையிலான எல்லோருக்கும் பிடித்த விளையாட்டுகள், பொழுதுபோக்கு அம்சங்கள் நிறைந்த ஒரு 'ஜாலி' பிக்னிக் ஸ்பாட்போல் இந்தப் பூங்காவை உருவாக்கவேண்டும் என்று திட்டமிட்டார் அவர்.

வெளிநாடுகளில், இதுமாதிரியான உல்லாசப் பூங்காக்களுக்கு நல்ல வரவேற்பு உண்டு. 'டிஸ்னி லாண்ட்' போன்ற பிரபலமான பூங்காக்களில், மக்கள் மணிக்கணக்கில் காத்திருந்து உள்ளே நுழைவது வழக்கம்.

இந்தப் பூங்காக்களினுள் புகுந்துவிட்டால், யாருக்கும் வயதுக் கணக்கு கிடையாது. பெரியவர்கள்கூடக் குழந்தைகளைப்போல் மாறிவிடுவார்கள், நேரம் போவதே தெரியாமல் ஜாலியாக விளையாடி மகிழ்வார்கள்.

புதுவகையான இந்தப் பூங்காக்கள், இந்தியர்களையும் நிச்சயமாகக் கவரும் என்று நம்பினார் சுபாஷ் சந்திரா. இதற்காக அவர் தேர்ந்தெடுத்த இடம், மும்பை அருகில் உள்ள கோரை.

எண்பதுகளின் தொடக்கத்தில், சுபாஷ் சந்திரா குடும்பம் சோவியத் யூனியனுக்குத் தானிய ஏற்றுமதி செய்து சம்பாதித்த பணத்தில், இந்த கோரை அருகில்தான் பல நூறு ஏக்கர் நிலம் வாங்கிப் போட்டிருந்தார்கள். அதில் ஒரு பகுதியை, உல்லாசப் பூங்காவாக உருவாக்கலாம் என்று தீர்மானித்தார் சுபாஷ் சந்திரா.

இதற்காக, 1986ம் ஆண்டு சுபாஷ் சந்திரா ஒரு தனி நிறுவனத்தைத் தோற்றுவித்தார். அதன் பெயர், 'பான் இந்தியா பர்யாதன்' *(Pan India Paryatan).*

1983ம் வருடம் சுபாஷ் சந்திரா விலைக்கு வாங்கிய வெற்று நிலத்தில், இந்தப் புதிய நிறுவனத்தின் சார்பில், பூங்காக் கட்டமைப்பு வேலைகள் தொடங்கின. சுமார் 64 ஏக்கர் பரப்பளவில், 'எஸ்ஸெல் வேர்ல்ட்' *(Essel World)* உருவானது.

உண்மையில், தனது 'எஸ்ஸெல் வேர்ல்ட்' உல்லாசப் பூங்காவை இன்னும் பிரம்மாண்டமாக உருவாக்கவேண்டும் என்பதுதான் சுபாஷ் சந்திராவின் ஆசை. ஆனால், அன்றைய இந்தியாவில், இதுபோன்ற தனியார் பூங்காக்களைப்பற்றிய அரசு விதிமுறைகள் தெளிவாக இல்லை.

இதனால், சுபாஷ் சந்திரா எதற்கு அனுமதி கேட்டாலும், யாரும் நிச்சயமாக பதில் சொல்லாமல் 'அப்புறம் பார்க்கலாம்' என்பதுபோல் தள்ளிப்போட்டுக்கொண்டிருந்தார்கள். காத்திருந்து காத்திருந்து அவருக்குச் சலித்துப்போய்விட்டது.

இப்படி எவ்வளவு நாள்தான் காத்திருக்கமுடியும்? கடைசியில், தான் நினைத்ததைவிடச் சிறிய அளவில்தான் 'எஸ்ஸெல் வேர்ல்ட்' பூங்காவை உருவாக்கி முடித்தார் சுபாஷ் சந்திரா.

1989ம் ஆண்டு, 'எஸ்ஸெல் வேர்ல்ட்' பொதுமக்களுக்குத் திறந்து வைக்கப்பட்டது. இந்தியர்களின் குடும்பப் பொழுதுபோக்கில் இது ஒரு புதிய அத்தியாயமாக அமையும் என்று பெருமையுடன் நினைத்தார் சுபாஷ் சந்திரா.

மும்பைப் பொதுமக்கள், சுபாஷ் சந்திராவின் இந்தப் புதிய முயற்சியை ஆவலுடன் வரவேற்றார்கள். 'நம்ம ஊர்லகூட ஏதோ புது அம்யூஸ்மென்ட் பார்க் வந்திருக்காமே?' என்று ஆளுக்கு ஆள் பேசிக்கொண்டதில், 'எஸ்ஸெல் வேர்ல்ட்'க்கு ஏகப்பட்ட இலவச விளம்பரம்.

இத்தனைக்கும், 'எஸ்ஸெல் வேர்ல்ட்' அமைந்திருந்த கோரைப் பகுதி, நகரத்திலிருந்து வெகு தூரம் தள்ளியிருந்தது. இதனால், மும்பை மக்களில் பெரும்பாலானோர், சுமார் இரண்டு மணி நேரத்திலிருந்து மூன்று மணி நேரம்வரை பயணம் செய்தால்தான், இந்தப் பூங்காவை நெருங்கமுடியும்.

ஆரம்பத்தில், மக்கள் அவ்வளவு தூரம் பயணம் செய்து வருவதற்குத் தயாராக இருந்தார்கள். குழந்தைகள்முதல், சீனியர் சிட்டிசன்கள்வரை எல்லோரும், 'அங்கே அப்படி என்னதான் இருக்கிறது?' என்று பார்ப்பதற்காகவே பயணம் கிளம்பி வந்தார்கள்.

அவர்களுடைய எதிர்பார்ப்பை நிறைவேற்றும்படி, 'எஸ்ஸெல் வேர்ல்ட்' பல புதுமையான விளையாட்டுகள், பொழுதுபோக்குகளுடன் ஒரு முழுமையான 'குடும்பக் கொண்டாட்ட'த் தலமாக அமைந்திருந்தது. வருகிறவர்களைக் கவர்வதற்கு என்னவெல்லாம் செய்யமுடியுமோ அத்தனையையும் நிர்வாகத்தினர் பார்த்துப் பார்த்துச் செய்திருந்தார்கள்.

ஆனாலும், பூங்காவைச் சுற்றி முடித்துக் கிளம்பும்போது, மும்பை மக்களால் ஓர் எண்ணத்தைத் தவிர்க்கமுடியவில்லை, 'இதற்காகவா இவ்வளவு தூரம் பயணம் செய்து வந்தோம்?'

அப்போது, இந்தியர்களுக்குப் பொழுதுபோக்குக்காக இத்தனை நேரம், பணம் செலவிடலாம் என்கிற புரிதலே இல்லை. பொழுதுபோகாவிட்டால் பக்கத்துத் தியேட்டரில் படம் பார்க்கலாம், இல்லையென்றால் பீச்சுக்குப் போய் அலையில் காலை நனைக்கலாம், கோரைவரை ரயிலில், பஸ்ஸில், காரில் கஷ்டப்பட்டுப் பயணம் செய்யவேண்டுமா என்று யோசிக்கத் தொடங்கிவிட்டார்கள்.

உலகம் முழுவதும், பிரபலமான உல்லாசப் பூங்காக்கள் எவற்றை எடுத்துக்கொண்டாலும், அவை நகரத்துக்குள் அமைந்திருக்காது. காரணம், நகரத்தில் அத்தனை பெரிய காலி இடம் இருந்தால், உடனடியாக ப்ளாட் போட்டு விற்றுவிடுவார்கள். அறுபது ஏக்கர் பரப்பளவில் ஊருக்குள் பூங்கா அமைப்பதெல்லாம் சான்ஸே இல்லை.

இதனால், எல்லா நாடுகளிலும் இதுபோன்ற உல்லாசப் பூங்காக்கள் ஊருக்கு வெளியில்தான் அமைந்திருக்கும். மக்கள் இதற்காகவே பயணம் செய்து அந்தப் பூங்காக்களைப் பார்த்துத் திரும்புவதுதான் வழக்கம்.

ஏனோ, இந்தியர்களால் மட்டும் இதை ஏற்றுக்கொள்ள முடியவில்லை. 'எஸ்ஸெல் வேர்ல்ட் ரொம்பத் தொலைவில் இருக்கிறது' என்று ஒரே வாக்கியத்தில் அதனை முழுவதுமாக நிராகரிக்க ஆரம்பித்தார்கள்.

எஸ்ஸெல் வேர்ல்ட் தொடங்கிய புதிதில் இருந்த வரவேற்பு, அதன்பிறகு கொஞ்சம் கொஞ்சமாகக் குறையத் தொடங்கிவிட்டது

என்பதை சுபாஷ் சந்திரா ஒப்புக்கொள்கிறார். மக்களைத் திரும்பத் திரும்ப வரவழைக்க முடியாவிட்டால், எத்தனை பிரமாதமான பூங்காவும் தோல்வி அடையவேண்டியதுதான்.

இந்தத் தோல்விக்கு சுபாஷ் சந்திரா சொல்லும் முக்கியமான காரணம், 'உல்லாசப் பூங்கா என்றால், தொடர்ந்து புதுப்புது விஷயங்களை விரைவாக அறிமுகப்படுத்திக்கொண்டே இருக்கவேண்டும், அப்போதுதான், மக்கள் திரும்பத் திரும்ப நம்மைத் தேடி வருவார்கள்.'

சுபாஷ் சந்திராவுக்குப் புதிய விஷயங்களை அறிமுகப்படுத்துவது சந்தோஷம்தான். ஆனால், அரசிடம் அதற்கான அனுமதி பெறுவதற்குள் தாவு தீர்ந்துவிடும். கொஞ்சம் கொஞ்சமாக அவரும் எஸ்ஸெல் வேர்ல்டை விரிவுபடுத்திக்கொண்டுதான் இருந்தார். பல புதிய அம்சங்களை அறிமுகப்படுத்தி, நன்கு விளம்பரம் செய்து அவற்றை மக்களிடையே கொண்டு சேர்த்தார்.

ஆனாலும், மக்களுக்கு 'எஸ்ஸெல் வேர்ல்ட்'க்குத் திரும்பத் திரும்பச் செல்லவேண்டும் என்று தோன்றவே இல்லை. செலவுகளைச் சமாளிக்கமுடியாமல், வருமானம் போதாமல் திணறியது எஸ்ஸெல் வேர்ல்ட் நிர்வாகம்.

இந்த முயற்சி சரியாக வெற்றியடையவில்லை என்பதில், மற்ற யாரையும்விட சுபாஷ் சந்திராவுக்குதான் அதிக வருத்தம். எஸ்ஸெல் வேர்ல்ட் நிர்வாகத்தைத் தன்னுடைய சகோதரர் ஒருவரிடம் ஒப்படைத்துவிட்டு, வேறு புதிய தொழில் வாய்ப்புகளைத் தேட ஆரம்பித்தார் அவர். மக்கள், பொழுதுபோக்கைத் தேடி இவ்வளவு தூரம் வர மறுக்கிறார்கள். அப்படியென்றால், என்ன செய்யலாம்? பொழுதுபோக்கை அவர்கள் வீட்டுக்கே கொண்டு செல்லலாமா? எப்படி?

இந்தக் கோணத்தில் அவர் யோசித்துக்கொண்டிருந்தபோது, சுபாஷ் சந்திராவின் வாழ்க்கையில் ஒரு முக்கியமான மாற்றம் நிகழ்ந்தது. அதற்கு அடிப்படையாக அமைந்தது, மண்டல் கமிஷன் அறிக்கை, அதைத் தொடர்ந்து நடைபெற்ற கலவரங்கள், கலாட்டாக்கள்.

அப்போது, மண்டல் கமிஷன் அறிக்கையை முன்வைத்து, நாடுமுழுவதும் பெரிய கிளர்ச்சிகள் நிகழ்ந்துகொண்டிருந்தன. சிலர், இந்தச் சந்தர்ப்பத்தைப் பயன்படுத்தி, ஜாதி அடிப்படையில் பிரிவினையைத் தூண்டிவிட்டுக்கொண்டிருந்தார்கள்.

இதையெல்லாம் பார்க்கப் பார்க்க, சுபாஷ் சந்திராவுக்கு வேதனையாக இருந்தது, 'நாம் எல்லோரும் இந்தியர்கள்தானே? இதில் நீ இந்த ஜாதி, நான் அந்த ஜாதி என்று பாகுபாடு பார்ப்பது எத்தனை பெரிய அசட்டுத்தனம்!' என வருத்தத்துடன் நினைத்தார் அவர்.

இதுபற்றிய தனது எண்ணங்களை நண்பர்களுடன் பகிர்ந்துகொண்ட சுபாஷ் சந்திராவுக்கு, இந்தப் பிரச்னைக்கு என்னதான் தீர்வு என்பது தெளிவாகத் தெரியவில்லை. ஆனாலும், ஜாதி அடிப்படையிலான பிரிவினைவாதங்களுக்குத் தன்னுடைய எதிர்ப்பை அழுத்தமாகப் பதிவு செய்ய விரும்பினார்.

இதற்காக, தன்னுடைய பெயரின் பிற்பகுதியில் இருக்கும் 'கோயல் / கோயங்கா' என்ற குடும்ப அடையாளத்தைத் துறக்க முடிவுசெய்தார் சுபாஷ் சந்திரா. அதாவது, அதுவரை தன்னுடைய பெயரை, 'சுபாஷ் சந்திரா கோயல்' என்றோ, 'சுபாஷ் சந்திரா கோயங்கா' என்றோ எழுதிக்கொண்டிருந்தவர், அதன்பிறகு, வெறுமனே 'சுபாஷ் சந்திரா' என்றுமட்டும் குறிப்பிடத் தொடங்கினார்.

இதன்மூலம், சமூகத்தில் ஜாதிப் பிரச்னைகள் உடனடியாகத் தீர்ந்துவிடப்போவதில்லைதான். என்றாலும், நான் 'கோயல் / கோயங்கா' குடும்பத்தைச் சேர்ந்தவன் என்று சொல்லிக்கொள்வதன்மூலம், ஒரு குறிப்பிட்ட இனம், ஜாதியை அடையாளம் காட்டாமல், 'சுபாஷ் சந்திரா' என்கிற பொதுப் பெயரைமட்டும் பயன்படுத்துவது அவருக்குப் பிடித்திருந்தது.

பெயர் சரி, தொழில்? 'எஸ்ஸெல் வேர்ல்ட்' முயற்சி பிரமாதமாகச் சொதப்பிவிட்டது, அடுத்து என்ன?

8. முன்னோட்டம்

நீங்கள் ஒரு கடை வைத்திருக்கிறீர்கள். அதில் விற்பனையாகும் பொருள் ரொம்பவும் முக்கியமானது, மக்களுக்கு நல்ல பயனுள்ளது, தரமானது, மலிவு விலையும்கூட.

ஆனால் ஏனோ, மக்கள் உங்களுடைய கடைக்கு வர மறுக்கிறார்கள். வீட்டுக்குள்ளேயே உட்கார்ந்திருக்கிறார்கள். உங்கள் கடையில் ஈ ஆடுகிறது.

இந்த நிலைமையில், நீங்கள் என்ன செய்வீர்கள்?

ஒன்று, கடையை இழுத்து மூடிவிட்டு வெளியேறுவீர்கள். இல்லையென்றால், கடையில் இருக்கும் அதே பொருள்களை ஒரு தள்ளுவண்டியில் போட்டுக்கொண்டு தெருத்தெருவாகச் சென்று விற்கத் தொடங்குவீர்கள்.

சுபாஷ் சந்திரா, இந்த இரண்டாவது வழியைத்தான் தேர்ந்தெடுத்தார். 'நீங்கள் என் கடையைத் தேடி வராவிட்டால் பரவாயில்லை, நான் உங்கள் வீட்டுக்கே வருகிறேன்' என்றார்.

இப்படி அவர் தெருத்தெருவாகக் கூவிக் கூவி விற்க விரும்பிய பொருள், பொழுதுபோக்கு!

'எஸ்ஸெல் வேர்ல்ட்' மூலம் அவர் மக்களுக்கு ஒரு புதுமையான பொழுதுபோக்கை வழங்க விரும்பினார், அது சரிப்படவில்லை

என்றதும், மக்களுக்குப் பழக்கமான பொழுதுபோக்கை அவர்கள் வீட்டுக்கே கொண்டுசென்று தரத் தயாராகிவிட்டார்.

இந்தியர்களுக்குப் பழக்கமான பொழுதுபோக்கு என்றால், சினிமா, விளையாட்டு, அப்புறம் டிவி.

அன்றைய இந்தியாவில், தனியார் தொலைக்காட்சி சேனல்களுக்கு அனுமதி இல்லை. அரசாங்கத் தொலைக்காட்சி தூர்தர்ஷன் மட்டும்தான்.

தூர்தர்ஷன் என்றாலே, 'சற்றே பழைய' சமாசாரம் என்றுதான் அர்த்தம். மக்கள் விரும்பிப் பார்க்கக்கூடிய புது சினிமா, மற்ற பொழுதுபோக்கு நிகழ்ச்சிகளை அதில் எதிர்பார்க்கமுடியாது. 'இந்த இடைவெளியை நாம் நிரப்பினால் என்ன?' என்று யோசித்தார் சுபாஷ் சந்திரா.

அதாவது, மக்கள் என்னமாதிரியான நிகழ்ச்சிகளை தூர்தர்ஷனில் எதிர்பார்க்கிறார்கள் என்று கவனிப்பது, அந்த நிகழ்ச்சிகளை நாமே தயாரித்து, அல்லது விலைக்கு வாங்கி அவர்களுக்குத் திரையிட்டுக் காண்பிப்பது.

அன்றைக்கு, சுபாஷ் சந்திரா கையில் தொலைக்காட்சி சேனல் எதுவும் இல்லை. சொந்தமாக ஒரு டிவி சேனல் தொடங்கலாம் என்கிற எண்ணமும் அவருக்கு (அப்போது) இல்லை.

ஆரம்பத்தில், 'நடமாடும் வீடியோ வேன்'களை உருவாக்கலாம் என்றுதான் யோசித்துக்கொண்டிருந்தார் சுபாஷ் சந்திரா. இந்தியா முழுவதும், குறிப்பாக கிராமப் புறங்களில், இந்த வேன்களுக்கு நல்ல வரவேற்பு இருக்கும் என்று அவருக்குத் தோன்றியது.

இந்த வேன்கள், மக்கள் விரும்பிப் பார்க்கக்கூடிய நிகழ்ச்சிகளுடன் ஊர் ஊராகப் பயணம் செல்லும், பொதுஜனங்கள் ஒரு குறிப்பிட்ட கட்டணத்தைச் செலுத்திவிட்டு, இந்த நிகழ்ச்சிகளைப் பார்த்து ரசிக்கலாம்.

நல்ல யோசனைதான். ஆனால், அதை நிஜமாகச் செயல்படுத்துவதில் பல நடைமுறைச் சிக்கல்கள் இருந்தன. ஆகவே, அந்த முயற்சியைக் கைவிட்ட சுபாஷ் சந்திரா, இதே

பாதையில் வேறு என்ன செய்யலாம் என்று யோசிக்கத் தொடங்கினார்.

அப்போதுதான், ஒரு நண்பர் அவரிடம் சொன்னார், 'இந்தியப் பொழுதுபோக்குத்துறையின் எதிர்காலம், சாடிலைட் சேனல்களில்தான் இருக்கிறது, இன்னும் சில ஆண்டுகளில், அரசாங்க டிவியெல்லாம் காணாமல் போய்விடும், மக்கள் இந்த சாடிலைட் சேனல்களைமட்டும்தான் பார்க்கப்போகிறார்கள்'

'சாடிலைட் சேனல்களா? அப்படியென்றால் என்ன?' அப்பாவியாகக் கேட்டார் சுபாஷ் சந்திரா.

அந்த நண்பர் சுபாஷை வியப்பாகப் பார்த்தார். இந்தக் காலத்தில், சாடிலைட் சேனல்களைப்பற்றித் தெரியாமல் ஒரு ஜந்துவா?

நிஜமாகவே, அப்போது சுபாஷ் சந்திராவுக்கு 'சாடிலைட்' என்றால் என்ன என்பதுகூடத் தெரியாது. இந்தப் பேச்சு வந்தபிறகுதான், நண்பர்களிடம் அதுபற்றி விசாரித்துத் தெரிந்துகொண்டார்.

அதுவரை இந்தியாவில் ஒளிபரப்பாகிக்கொண்டிருந்த ஒரே தொலைக்காட்சி சேனல், தூர்தர்ஷன்தான். அவர்கள், '*Terrestrial Television*' என்ற வகையைச் சேர்ந்த தரைவழி ஒளிபரப்புத் தொழில்நுட்பத்தைப் பயன்படுத்திக்கொண்டிருந்தார்கள்.

அதற்கு ஒரு மாற்றாக, 'சாடிலைட்' (*Satellite*) எனப்படும் செயற்கைக் கோள்களைப் பயன்படுத்தி, சில வெளிநாட்டுத் தொலைக்காட்சி நிறுவனங்கள் இந்தியாவுக்குள் தங்களுடைய ஒளிபரப்பைத் தொடங்கியிருந்தன. இவற்றைதான், 'சாடிலைட் சேனல்கள்' என்று செல்லமாக அழைத்தார்கள்.

1991ம் ஆண்டு, அமெரிக்கா, ஈராக் இடையே நடைபெற்ற வளைகுடாப் போர் காட்சிகளை, சிஎன்என் (CNN) தொலைக்காட்சி நம்முடைய வீடுகளுக்கே கொண்டுவந்து காண்பித்தது. அதைப் பார்த்து அசந்துபோன சுபாஷ் சந்திரா, சாடிலைட் வழித் தொலைக்காட்சி ஒளிபரப்பை எந்த அளவு சிறப்பாகப் பயன்படுத்தமுடியும் என்று புரிந்துகொண்டார்.

கிட்டத்தட்ட இதே நேரத்தில், ஆசியாவின் முதல் சாடிலைட் தொலைக்காட்சி சேனலான 'ஸ்டார் டிவி' (Star Tv) இந்தியாவில் தனது ஒளிபரப்பைத் தொடங்கியது. மிகப் புதுமையான பல நிகழ்ச்சிகள், அதற்குமுன் எப்போதும் பார்த்திராத துல்லியம், தரத்துடன் இந்தியத் தொலைக்காட்சி ரசிகர்களுக்குக் காணக் கிடைத்தன.

ஆனால், ஸ்டார் டிவி என்னதான் நிகழ்ச்சித் தரத்தில் அசத்தினாலும், அதில் வருபவை எல்லாம் ஆங்கில நிகழ்ச்சிகள்தான், நமக்குக் கொஞ்சமும் சம்பந்தமில்லாத ஏதோ ஒரு கலாசாரப் பின்னணியில் எடுக்கப்பட்ட நிகழ்ச்சிகளை, நாம் எப்படி முழுமையாக விரும்பி ரசிக்கமுடியும்?

இந்தக் கேள்விதான், சுபாஷ் சந்திராவுக்குள் பல சிந்தனைகளை, புதிய யோசனைகளைக் கிளறிவிட்டது. இதே சாடிலைட்டைப் பயன்படுத்தி, இதே துல்லியமான தரத்தில் நம் உள்ளூர் நிகழ்ச்சிகளைத் தயாரித்துத் தரமுடிந்தால் எப்படி இருக்கும்?

சுபாஷ் சந்திரா இந்தக் கோணத்தில் யோசித்துக்கொண்டிருந்த போது, ஓர் அபூர்வமான வாய்ப்பு அவரைத் தேடி வந்தது. மும்பை தூர்தர்ஷனில் பணிபுரிந்துகொண்டிருந்த நண்பர் ஒருவரைச் சந்திப்பதற்காக, தூர்தர்ஷன் அலுவலகத்துக்கு நேரில் சென்றிருந்தார் அவர்.

மிக எதேச்சையாக நிகழ்ந்த இந்தச் சந்திப்பின்போதுதான், இந்தியாவில் சாடிலைட் சேனல்கள் தொடங்குவதற்கான நல்ல வாய்ப்பு இருப்பதைத் தெரிந்துகொண்டார் சுபாஷ் சந்திரா. அவருக்குள் அலைமோதிக்கொண்டிருந்த பல கேள்விகள், இப்போது ஓர் ஒழுங்குடன் பாயத் தொடங்கின.

நமக்கே நமக்கென்று ஒரு தொலைக்காட்சி சேனல், தூர்தர்ஷனின் போரடிக்கும் முரட்டுத்தனத்திலிருந்து விடுதலை, மக்கள் விரும்பும் பொழுதுபோக்கு நிகழ்ச்சிகளை அவர்களுடைய ஆசைப்படி வழங்கும் ஒரு தனியார் சேனல், அதுவும் நம் மொழியில், நம்முடைய கலாசாரப் பின்னணியில்.

கற்பனை செய்வதற்கு நன்றாகதான் இருக்கிறது. ஆனால், நிஜத்தில் சரிப்பட்டுவருமா? ஒரு புதிய தொலைக்காட்சி சேனல்

தொடங்குவதென்றால், சாதாரணமாக என்ன செலவாகும்? இந்தியர்களின் பொழுதுபோக்குப் பிரியத்தை நம்பி இந்தத் தொழிலில் குதிக்கலாமா? போதுமான லாபம் வருமா?

ஏற்கெனவே பலமுறை தொழிலில் நஷ்டப்பட்டிருந்த சுபாஷ் சந்திராவுக்கு, இப்படி எந்த முன் அனுபவமும் இல்லாமல் தொலைக்காட்சித் துறையில் இறங்குவது புத்திசாலித்தனமா என்று புரியவில்லை. வேறு நல்ல வாய்ப்புகள் ஏதேனும் உண்டா என்று தேட ஆரம்பித்தார்.

கிட்டத்தட்ட இதே நேரத்தில்தான் (1992 ஜனவரி), இந்தியாவில் மொபைல் தொலைபேசி சேவை வழங்குவதற்கான விண்ணப்பங்கள் வெளியாகியிருந்தன. டெல்லி, மும்பை, கொல்கத்தா, சென்னை ஆகிய நான்கு நகரங்களிலும் மொபைல் சேவை வழங்க விரும்பும் தனியார் நிறுவனங்கள், அரசாங்கத்திடம் நேரடியாக விண்ணப்பிக்கலாம் என்று அறிவிக்கப்பட்டிருந்தது.

சாடிலைட் சேனல்கள்போலவே, மொபைல் போன்களும் இந்தியாவுக்குப் புதுசு. அதிலும் நல்ல வளர்ச்சி வாய்ப்புகள் உண்டு. இப்போது, என்ன செய்யலாம்? தொலைக்காட்சியா, தொலைபேசியா என்று முடிவெடுக்கமுடியாமல் திணறினார் சுபாஷ் சந்திரா.

உண்மையில் அவருக்கு, சாடிலைட் தொலைக்காட்சி, மொபைல் தொலைபேசி ஆகிய இரண்டு முயற்சிகளும் பிடித்திருந்தன, ஒரே நேரத்தில் இரண்டிலும் இறங்கலாமா என்றுகூட உள்ளுக்குள் யோசித்துக்கொண்டிருந்தார்.

ஆனால், அனுபவம் இல்லாமல் ஆற்றில் இறங்கும்போது, கூட இன்னொரு கூட்டாளியையும் சேர்த்துக்கொள்வது கூடுதல் ஆபத்து. ஆகவே, தொலைக்காட்சி, அல்லது தொலைபேசி, இரண்டில் ஒன்றைமட்டும் தேர்ந்தெடுத்து கவனம் செலுத்துங்கள் என்று அவருடைய நண்பர்கள் ஆலோசனை சொன்னார்கள்.

இந்த இரண்டு துறைகளையும் சேர்ந்த பல நிபுணர்கள், அரசு அதிகாரிகளையெல்லாம் சந்தித்துப் பேசியபிறகு, சுபாஷ் சந்திரா ஒரு முடிவுக்கு வந்தார், நமக்கு தொலைக்காட்சி சேனல்தான்

சரிப்படும்.

தொலைக்காட்சி சேனல் சரி, என்னமாதிரியான சேனல்? எந்த மொழியில்?

இந்தியா முழுவதும் இமயம் தொடங்கி, குமரிவரை ஏகப்பட்ட மொழிகள் பேசப்படுகின்றன. புதிதாகத் தொடங்கப்படும் ஒரு தொலைக்காட்சி சேனல், இவற்றில் எந்த மொழியைத் தேர்ந்தெடுக்கவேண்டும்?

என்னதான் ரஜினிகாந்த் சூப்பர் ஸ்டார் என்றாலும், அவருடைய படங்கள் தமிழ்நாட்டில்தான் நன்றாக ஓடும், மிஞ்சிப்போனால் பக்கத்தில் பெங்களூர், ஹைதராபாதில் ஓட்டுவார்கள், அதற்குமேல் தாண்டாது.

ஆனால், ஷாரூக் கான், அமிதாப் பச்சன் படங்கள் நாடு முழுவதும், ஏன் வெளிநாடுகளில்கூட ஒரே நேரத்தில் வெளியாகின்றன. தமிழ்ப் படங்களைவிடப் பலமடங்கு பிரமாதமாக வசூல் சம்பாதிக்கின்றன.

இதற்கு முக்கியக் காரணம், இந்தியாவில் தமிழ் பேசுகிறவர்களை விட ஹிந்தி பேசுகிறவர்கள் அதிகம்! அவர்கள் ஒரே இடத்தில் இல்லாமல், நாடுமுழுவதும் பரவியிருக்கிறார்கள்.

இதே காரணத்தால்தான், சுபாஷ் சந்திராவும் தன்னுடைய முதல் தொலைக்காட்சி சானலை ஹிந்தி மொழியில் தொடங்குவதாகத் தீர்மானித்தார். அது ஒரு பொழுதுபோக்கு சானலாக அமையவேண்டும் என்றும் ஏற்கெனவே முடிவு செய்துவிட்டார் அவர்.

ஏனெனில், அடிப்படையில் சுபாஷ் சந்திராவே ஜாலியான சினிமாப் பிரியர். தனக்குப் பிடித்த படங்கள், பாடல்களைத் தொலைக்காட்சியில் அடிக்கடி பார்த்து ரசிக்கமுடியாதா என்று பலமுறை நினைத்திருக்கிறார்.

இதே ஏக்கம்தானே, இந்தியா முழுவதும் உள்ள ரசிகர்களுக்கும் இருக்கும்? அவர்களுடைய எதிர்பார்ப்புகளையெல்லாம் முழுமையாகப் பூர்த்தி செய்யும்படி, ஓர் இந்தியத் தனியார் பொழுதுபோக்கு சானலை உருவாக்கவேண்டும் என்று விரும்பினார் சுபாஷ் சந்திரா.

இந்தத் துறையில், அவருக்குத் துளி முன் அனுபவம்கூட இல்லை. ஆனால் அதற்குப் பதிலாக, தனது முழு உழைப்பையும் கொட்டிப் போராடுவதற்கு சுபாஷ் சந்திரா தயாராக இருந்தார்.

சாடிலைட் வழியே வெளிநாட்டு நிகழ்ச்சிகளைப் பார்த்து ரசிக்கும் இந்தியர்களுக்கு, உள்ளூர்ச் சாப்பாடு போட்டால் இன்னும் மகிழ்ச்சியோடு ஏற்றுக்கொள்வார்கள், விளம்பரங்கள் குவியும், லாபம் பெருகும்.

அதெல்லாம் சரி, இந்தப் புதிய சானலை ஒளிபரப்புவதற்கு, ஒரு சாடிலைட் வேண்டாமா? அதற்கு எங்கே போவது?

நல்லவேளையாக, சாடிலைட் சேனல் தொடங்க நினைக்கிறவர்கள் எல்லோரும், ஆளுக்கு ஒரு செயற்கைக் கோளை வானுக்கு அனுப்பவேண்டியதில்லை. ஏற்கெனவே அங்கே சுற்றிவந்துகொண்டிருக்கிற ஏதேனும் ஒரு செயற்கைக் கோளை வாடகைக்கு எடுத்துக்கொண்டு, அதன்மூலம் தங்களுடைய நிகழ்ச்சிகளை ஒளிபரப்பலாம்.

ரொம்ப சந்தோஷம், பக்கத்தில் எங்கே சாடிலைட் வாடகைக்கு விடும் கடை இருக்கிறது?

சுபாஷ் சந்திரா இப்படி ஆவலுடன் விசாரித்தபோது, எல்லோரும் அவரை விநோதமாகப் பார்த்தார்கள், இந்த ஆள் என்ன வாடகைக்கு சைக்கிள் எடுத்து ஓட்டுவதுபோல் சாடிலைட்டைத் தேடுகிறார்? அது என்ன அத்தனை சுலபத்தில் சிக்குகிற விஷயமா?

இன்றைக்கு, செயற்கைக் கோள் தொழில்நுட்பம் எவ்வளவோ முன்னேறிவிட்டது. ஆனால் அப்போது, மிகச் சில சாடிலைட்கள்தான் வானைச் சுற்றிவந்துகொண்டிருந்தன. அவற்றின்மூலம் ஒளிபரப்பாகிற நிகழ்ச்சிகளின் தரம்கூட, சுமார்தான்.

ஆனால் அதற்காக, சாடிலைட் தொழில்நுட்பம் இன்னும் முன்னேறட்டும் என்று சுபாஷ் சந்திரா கையைக் கட்டிக்கொண்டு காத்திருக்கமுடியுமா? நல்ல சாடிலைட்கள் வரும்வரை, இப்போதைக்கு இருப்பதை வைத்துக்கொண்டு

சமாளிக்கவேண்டியதுதான்.

சுபாஷ் சந்திரா தனது புதிய தொலைக்காட்சி சேனலுக்காகத் தொடர்ந்து சாடிலைட்களைத் தேடியபடி இருந்தார். அக்கம்பக்கத்து நாடுகளில் விசாரித்தபோது, அவர்கள் 'ஏசியாசாட்' *(Asiasat)* என்ற நிறுவனத்தைப்பற்றிச் சொன்னார்கள்.

ஆசியாவின் முதல் தனியார் செயற்கைக் கோள், இந்த 'ஆசியாசாட்' நிறுவனத்துக்குச் சொந்தமானது. அவர்களைப் பிடித்தால் போதும், சுபாஷ் சந்திராவின் தொலைக்காட்சிக் கனவுகள் நனவாகிவிடும்.

சுபாஷ் சந்திரா உற்சாகமாகத் தனது விசாரணைகளைத் தொடர்ந்தார். அங்கே இங்கே தகவல் திரட்டி, எப்படியோ 'ஆசியாசாட்' நிறுவனத்தின் தலைவரைப் பிடித்துவிட்டார்.

அந்த மனிதர் பாவம், அப்போது விடுமுறையில் இருந்தார். அவரிடம் போய், 'எனக்கு வாடகைக்கு சாடிலைட் தருவீர்களா?' என்று சுபாஷ் சந்திரா கேட்டதும், அவர் இன்னொரு நிறுவனத்தைக் கைகாட்டிவிட்டார்.

அந்த நிறுவனத்தின் பெயர், 'சாடிலைட் டெலிவிஷன் ஃபார் தி ஆசியன் ரீஜன்' *(Satellite Television For The Asian Region)*, சுருக்கமாக, 'ஸ்டார்' *(STAR)!*

இந்தியாவில் 'ஸ்டார் டிவி'யை வழங்கிக்கொண்டிருந்த அதே நிறுவனம்தான். 'ஆசியாசாட்'டின் செயற்கைக் கோள்கள் அனைத்தையும், அப்போது இந்த ஸ்டார் நிறுவனம் தனது கட்டுப்பாட்டில் வைத்திருந்தது.

ஆகவே, அந்தச் செயற்கைக் கோள்கள்வழியே சுபாஷ் சந்திரா தனது புதிய தொலைக்காட்சி சானலை ஒளிபரப்ப விரும்பினால், அதற்கு ஒரே ஒரு வழிதான், எப்படியாவது, 'ஸ்டார்' நிறுவன அதிகாரிகளைச் சம்மதிக்கவைத்து, அவர்களுடைய சாடிலைட்டில் இவரும் தொற்றிக்கொள்ளவேண்டும்.

உடனடியாக, ஹாங்காங்கில் இருக்கும் ஸ்டார் நிறுவனத்தைத் தொடர்புகொண்டார் சுபாஷ் சந்திரா, 'நான் உங்கள் முதலாளியிடம் பேசவேண்டும்.'

'நீங்கள் யார்?'

'நான் இந்தியாவிலிருந்து பேசுகிறேன், என் பெயர் சுபாஷ் சந்திரா.'

அவர் இந்தியா என்று சொன்னதும், ஸ்டார் நிறுவன ஊழியர்களுக்கு ஆர்வம் போய்விட்டது. இந்தியாவிலிருந்து பேசுகிற ஒருவர், முக்கியமான நபராக இருக்க வாய்ப்பு இல்லை என்று நினைத்துவிட்டார்கள்.

இதனால், சுபாஷ் சந்திரா எப்போது போன் செய்தாலும், டெலிபோன் ரிசப்ஷனிஸ்டைத் தாண்டி உள்ளே போகமுடியவில்லை. அப்படியே சென்றாலும், யாரேனும் ஒரு ஜூனியர் அதிகாரி அவர் சொல்வதையெல்லாம் தலையாட்டிக் கேட்டுக்கொண்டு, 'நான் பார்க்கிறேன் சார்' என்று இணைப்பைத் துண்டித்துவிடுகிறான்.

சுபாஷ் சந்திரா அசரவில்லை, திரும்பத் திரும்ப அதே தொலைபேசி எண்ணைத் தொடர்புகொண்டார், மீண்டும் மீண்டும், சலிக்காமல் அதே வாக்கியத்தைச் சொன்னார், 'இது மிக முக்கியமான விஷயம், நான் உங்கள் முதலாளியிடம் பேச விரும்புகிறேன்.'

'அப்படி என்ன சார் முக்கியம்? எங்களிடம் சொல்லுங்கள், நாங்கள் முடிந்ததைச் செய்கிறோம்.'

'மன்னிக்கவும், நான் உங்கள் முதலாளியிடம் மட்டுமே பேசவேண்டிய விஷயம் அது.'

இப்படி ஒரு மனிதர் தினம் தினம் போன் செய்து, ஒரே டயலாகை மாற்றாமல் பேசிக்கொண்டிருந்தால், ஸ்டார் அலுவலகத்தில் இருக்கிறவர்களுக்கு டென்ஷனாகாதா? ஒருகட்டத்தில் இந்தியாவிலிருந்து போன் வந்தாலே எல்லோரும் அலறியடித்துக்கொண்டு ஓட ஆரம்பித்தார்கள்.

சுபாஷ் சந்திராவின் விடாமுயற்சி, கடைசியில் பலன் அளித்துவிட்டது. 'ஸ்டார்' நிறுவனத்தின் செயல்தலைவர், ரிச்சர்ட் லீ(Richard Li)யை நேரில் சந்திக்கிற வாய்ப்பு அவருக்குக் கிடைத்தது.

இந்த ரிச்சர்ட் லீயின் தந்தை, ஹாங்காங்கைச் சேர்ந்த புகழ் பெற்ற முதலீட்டாளர் லி கா-ஷிங் *(Li Ka-shing)*. உலகின் மிகப் பணக்கார சீனர்களில் ஒருவரான இவரை, 'ஆசியாவின் சக்தி வாய்ந்த மனிதர்கள்' பட்டியலில் தேர்ந்தெடுத்திருக்கிறது 'ஆசியாவீக்' இதழ்.

லி கா-ஷிங்கின் நிறுவனம் ஒன்று, இந்தியர்களுக்கு நன்கு பரிச்சயமானது. 'ஹட்ச்' *(Hutch)* மொபைல் சேவை நினைவிருக்கிறதா? அதை வழங்கிக்கொண்டிருந்த 'ஹட்சிஸன்' *(Hutchison)* இவருடையதுதான். எஸ்ஸார் நிறுவனத்துடன் இணைந்து, 'ஹட்ச்' பிராண்டை இந்தியா முழுவதும் பிரபலப்படுத்தியபிறகு, இப்போது அதனை 'வோடஃபோன்' நிறுவனத்துக்கு விற்றுவிட்டது ஹட்சிஸன்.

'ஹட்ச்'போல, உலகம் முழுவதும் இன்னும் பல தொழில்கள், ரியல் எஸ்டேட் சொத்துகளில் முதலீடு செய்திருக்கிறார் லி கா-ஷிங். பெரும்பாலானவை இவருக்கு நிரந்தர லாபத்தை அள்ளிக் கொடுத்துக்கொண்டிருக்கின்றன.

லி கா-ஷிங்கின் மகன் ரிச்சர்டுக்கு, அப்போது இருபத்தைந்து வயதுதான். அவருக்கும் தொழில் ஆர்வம் நிறைய இருந்தது. ஆனால், அப்பா பிஸினஸைத் தானும் பின்பற்ற விரும்பாமல், புதுப் பாதையில் செல்ல நினைத்தார். இதற்காக அவர் தேர்ந்தெடுத்த துறை, மீடியா!

அப்பா லி கா-ஷிங்கிடம் நிதி உதவி பெற்று, ரிச்சர்ட் லீ தொடங்கிய நிறுவனம்தான், ஸ்டார். அதாவது, முதலாளி லி கா-ஷிங், ஆனால் அந்நிறுவனத்தின் செயல்பாடுகள் எல்லாம் அவருடைய மகன் கையில்தான் இருந்தன.

1990ம் ஆண்டு தொடங்கப்பட்ட 'ஸ்டார்' தொலைக்காட்சிதான், ஆசியாவின் முதல் சாடிலைட் சேனல். அதனைப் பூஜ்ஜியத்திலிருந்து உருவாக்கி வளர்த்திருந்தவர் ரிச்சர்ட் லீ.

அதாவது, 1991ம் ஆண்டு இறுதியில் சுபாஷ் சந்திரா ரிச்சர்ட் லீயைச் சந்திக்கச் சென்றபோது, ஸ்டார் நிறுவனத்தின் வயது ஒன்றோ, இரண்டோதான். ஆனால் அதற்குள், ஆசியாவின் முன்னணி மீடியா நிறுவனங்களில் ஒன்றாக முன்னேறியிருந்தது.

ரிச்சர்ட் லீயைச் சந்திப்பதற்கு முன்பே, சுபாஷ் சந்திரா தன்னுடைய பிஸினஸ் திட்டத்தைக் கச்சிதமாக உருவாக்கியிருந்தார்: சுபாஷ் சந்திராவும், ஸ்டார் நிறுவனமும் இணைந்து, இந்தியாவில் ஹிந்தி மொழிப் பொழுதுபோக்கு சேனல் ஒன்றைத் தொடங்கும். அதற்கான நிகழ்ச்சிகளைத் தயாரிப்பது, மார்க்கெட்டிங் செய்வது, விளம்பரம் திரட்டுவது எல்லாம் சுபாஷின் பொறுப்பு, நிகழ்ச்சிகளை சாடிலைட் வழியே ஒளிபரப்புவது ஸ்டாரின் பொறுப்பு, வருகிற லாபத்தை இருவரும் பகிர்ந்துகொள்ளலாம்.

அப்போது ஆசியா முழுவதும் சாடிலைட் சேனல்கள் நன்கு பிரபலமடையத் தொடங்கியிருந்தன. குறிப்பாக, இந்தியா போன்ற, அதிக மக்கள் தொகை கொண்ட ஒரு தேசத்தில், பொழுதுபோக்கு சேனல்களுக்கு நல்ல வரவேற்பு இருக்கும்.

ஆகவே, தனது இந்தத் திட்டத்தை விளக்கிச் சொல்லி, ஸ்டார் நிறுவனத்தைச் சம்மதிக்கச் செய்துவிடமுடியும் என்று நம்பினார் சுபாஷ் சந்திரா. முன்பைவிடக் கூடுதல் தெம்புடன் ரிச்சர்ட் லீயைச் சந்திக்கக் கிளம்பினார்.

ஆனால், அவர் நினைத்ததுபோல், ரிச்சர்ட் லீயை நேரில் பார்த்துப் பேசுவது அத்தனை சுலபமாக இல்லை. ஒரு பெரிய அறையில், அவரை நெடுநேரம் காக்கவைத்தார்கள். அப்போதும், ரிச்சர்ட் லீ வருவதற்கான அடையாளங்கள் எதுவும் தெரியவில்லை.

நீண்ட நேரத்துக்குப்பிறகு, பத்துப் பன்னிரண்டு பேர் கொண்ட ஒரு கும்பல் உள்ளே நுழைந்தது. அதன் மத்தியில், இளைஞர் ரிச்சர்ட் லீ தென்பட்டார். அந்தக் கும்பல், சுபாஷ் சந்திராவை ரிச்சர்ட் லீக்கு அறிமுகப்படுத்தியது, 'இவர் இந்தியாவிலிருந்து வந்திருக்கிறார், உங்களுடன் பேசவேண்டுமாம்.'

'என்ன விஷயம்?'

'இவர் நம்மோடு இணைந்து, இந்தியாவில் உள்ளூர் மொழியில் ஒரு தொலைக்காட்சி சேனல் தொடங்க விரும்புகிறார்.'

'இந்தியாவா?' ரிச்சர்ட் லீ அலட்சியமாகப் புருவம் உயர்த்தினார், 'அந்த ஊரில் ஏது பணம்? இந்தியாவில் ஒரு சேனல் தொடங்கவேண்டும் என்று எனக்கு எந்த ஆர்வமும் இல்லை.'

ஏற்கெனவே ரிச்சர்ட் லீயைத் தனிமையில் சந்திக்க முடியவில்லையே என்று ஏமாற்றத்தில் இருந்தார் சுபாஷ் சந்திரா. இப்போது அவர் இந்தியாவை அலட்சியமாகப் பேசியதும், இன்னும் கஷ்டமாகிவிட்டது.

ரிச்சர்ட் லீ தன்முன்னே நின்றிருந்த சுபாஷ் சந்திராவை எடை போடுவதுபோல் பார்த்தார், 'வேண்டுமென்றால், உங்களுடைய புது சேனலை ஒளிபரப்புவதற்கு, எங்களுடைய சாடிலைட்டை வாடகைக்கு எடுத்துக்கொள்ளுங்கள்.'

'அது போதும்' என்றார் சுபாஷ் சந்திரா. கூட்டணி கிடைக்கா விட்டாலும் பரவாயில்லை, வாடகைக்கு சாடிலைட் கிடைத்தால் போதாதா?

அடுத்து, ரிச்சர்ட் லீ நேரடியாக பிஸினஸில் இறங்கினார், 'சாடிலைட்டுக்கு என்ன வாடகை தருவீர்கள்?'

'உங்கள் அதிகாரிகளிடம் இதுபற்றி ஏற்கெனவே பேசிவிட்டேன்' என்றார் சுபாஷ் சந்திரா, 'வருடத்துக்கு 1.25 மில்லியன் டாலர் தரவேண்டும் என்று சொல்லியிருக்கிறார்கள்.'

'ம்ஹூம், போதாது' என்றார் ரிச்சர்ட் லீ, 'ஐந்து மில்லியன் டாலர்கள், அதற்கு ஒரு செண்ட் குறைந்தாலும், நீங்கள் வெளியே போகலாம்.'

ஐந்து மில்லியன் டாலர்களா? யம்மாடி!

அந்தக் கால மதிப்பில், ஐந்து மில்லியன் டாலர் என்பது பத்துப் பதினைந்து கோடிகளைத் தாண்டியது. ஒவ்வொரு வருடமும் இத்தனை கோடி ரூபாயை சாடிலைட் வாடகையாகக் கொடுத்தால், கட்டுப்படியாகுமா? புதிய சேனலில் அந்த அளவு வருமானம் வராவிட்டால் என்ன செய்வது?

திகைப்போடு ரிச்சர்ட் லீயையே பார்த்துக்கொண்டிருந்தார் சுபாஷ் சந்திரா. அவருக்குள் பல கணக்குகள் குறுக்கும் நெடுக்குமாக ஓடிக்கொண்டிருந்தன.

சிறிது நேரம் யோசித்துவிட்டு, 'ஓகே' என்று ஒப்புக்கொண்டார் சுபாஷ் சந்திரா, 'வருடத்துக்கு ஐந்து மில்லியன் டாலர் வாடகையாகத் தருகிறேன்.'

இப்போது யோசிக்கும்போது, தன்னுடைய முடிவு சுத்தப் பைத்தியக்காரத்தனமாகத் தோன்றுகிறது என்கிறார் சுபாஷ் சந்திரா. ஆனால் அப்போது, ஐந்து மில்லியன் டாலருக்கு ஒப்புக்கொள்வதைத்தவிர, அவரிடம் வேறு வழி இருக்கவில்லை. அப்போதைக்கு, அதுதான் சரி என்று தோன்றியது, சொல்லிவிட்டார், 'ஆனால், ஒரு நிபந்தனை.'

'என்ன நிபந்தனை?'

'இதற்கான ஒப்பந்தத்தில், நாம் உடனடியாக, இன்றைக்கே கையெழுத்துப் போடவேண்டும், அப்போதுதான், நான் ஐந்து மில்லியன் டாலர் வாடகைக்கு ஒப்புக்கொள்வேன்.'

சுபாஷ் சந்திரா இப்படிச் சொன்னதும், ரிச்சர்ட் லீயும் அசந்துவிட்டார், அவருக்குள்ளும் பல சிந்தனைகள் ஓடத் தொடங்கியிருந்தன, இந்த மனிதரிடம் ஐந்து மில்லியன் டாலர் இருக்குமா? நிஜமாகவே அவ்வளவு வாடகை தருவாரா? அல்லது மஞ்சள் நோட்டீஸ் கொடுத்துவிட்டுத் தலைமறைவாகிவிடுவாரா? ஏன் இன்றைக்கே கையெழுத்துப் போடவேண்டும் என்று வற்புறுத்துகிறார்?

சிறிது நேரம் சுபாஷ் சந்திராவையே மேலும், கீழும் பார்த்துக்கொண்டிருந்தார் அவர். அதன்பிறகு, இந்த ஆள் சும்மா விளையாடுகிறார், இவரை சீரியஸாக எடுத்துக்கொள்ளக்கூடாது என்று அவருக்குத் தோன்றிவிட்டது.

சுபாஷ் சந்திராவிடம் ஒரு வார்த்தைகூடப் பேசாமல், சட்டென்று அந்த அறையிலிருந்து வெளியேறிவிட்டார் ரிச்சர்ட் லீ.

9. ஜோடிப் பொருத்தம்

ஹாங்காங்கில் சுபாஷ் சந்திராவுக்கு இரட்டை ஏமாற்றங்கள்.

முதலாவதாக, ஸ்டார் நிறுவனத்துடன் கூட்டணி அமைத்து ஒரு புதிய ஹிந்தி தொலைக்காட்சி சேனல் தொடங்கலாம் என்று திட்டமிட்டிருந்தார் அவர். அதில் ரிச்சர்ட் லீக்குத் துளிகூட ஆர்வம் இல்லை.

இந்த ஏமாற்றத்தைச் சட்டென்று விழுங்கிக்கொண்ட சுபாஷ் சந்திரா, ரிச்சர்ட் லீயின் கட்டுப்பாட்டில் இருக்கும் செயற்கைக் கோள்களைப் பயன்படுத்தி, சொந்தமாகவேனும் ஒரு சேனலைத் தொடங்கிவிடலாம் என்று விரும்பினார். அதற்காக ஏகப்பட்ட காசை வாடகையாகக் கொட்டிக் கொடுக்கவும் தயாராக இருந்தார். ஆனால், ரிச்சர்ட் லீ அதற்கும் சம்மதிக்கவில்லை. ஒரு மரியாதைக்கு, 'சாரி, என்னால் முடியாது' என்றுகூட சொல்லாமல், விருட்டென்று வெளியே போய்விட்டார்.

'ஸ்டார்' கதவு, அறைந்து சாத்தப்பட்டுவிட்டது. அடுத்து, என்ன செய்யலாம்?

ரிச்சர்ட் லீயின் மறுப்புகள், சுபாஷ் சந்திராவின் வேகத்தைக் கொஞ்சமும் பாதிக்கவில்லை. அவர் சொந்தமாக ஒரு தொலைக்காட்சி சேனல் தொடங்கவேண்டும் என்கிற முடிவில் மிக உறுதியாக இருந்தார்.

உலகம் முழுவதும் ஒரே ஒரு சாடிலைட்தானா? இந்த ரிச்சர்ட் லீ இல்லாவிட்டால் போகிறது, இன்னொரு சாடிலைட்டைக் கண்டுபிடித்து, அதன்மூலம் தனது புது சேனலை ஒளிபரப்பலாம் என்று தீர்மானித்தார் அவர்.

இதற்காக, மீண்டும் ஒரு தேடுதல் வேட்டையைத் தொடங்கினார் சுபாஷ் சந்திரா. ரஷ்யாவில் ஒரு சாடிலைட் வாடகைக்குக் கிடைக்கும் என்று யாரோ சொன்னார்கள், அது சரிப்படுமா என்று விசாரிக்க ஆரம்பித்தார்.

அதே நேரத்தில், ஸ்டார் நிறுவனத்தின் செயல்தலைவர் ரிச்சர்ட் லீ, வேறொரு கணக்குப் போட்டுக்கொண்டிருந்தார். சுபாஷ் சந்திராவை முதன்முறை பார்த்தபோது, அவரோடு இணைந்து பணிபுரியலாமா, வேண்டாமா என்று ரிச்சர்ட் லீயால் தீர்மானிக்க முடியவில்லை. அந்தக் குழப்பத்தால்தான், அவருக்கு எந்தப் பதிலும் சொல்லாமல் வெளியேறிவிட்டார்.

அதன்பிறகு, அவருடைய பிஸினஸ் மூளை விழித்துக்கொண்டது. ஒருவேளை, நிஜமாகவே இந்தியாவில் ஒரு சாடிலைட் சேனல் தொடங்கினால், நல்ல லாபம் வருமோ? அந்த வாய்ப்பை ஏன் தவறவிடவேண்டும்?

இப்படி நினைத்த அவர், உடனடியாகத் தனது குழுவினரை வரவழைத்தார், 'யார் இந்த சுபாஷ் சந்திரா? அவரைப்பற்றிச் சகல விவரங்களையும் திரட்டிக் கொண்டுவாருங்கள்' என்று கட்டளையிட்டார்.

ரிச்சர்ட் லீ அனுப்பிய அந்தக் குழு, சுபாஷ் சந்திரா, அவருடைய தொழில் நிறுவனங்களைப்பற்றிய தகவல்களைத் தேடிச் சேகரித்தது, முக்கியமாக, சுபாஷுக்கு மீடியாத்துறையில் முன் அனுபவம் உண்டா என்று விசாரித்தார்கள்.

ம்ஹூம், சுபாஷ் சந்திராவின் பிஸினஸ் அனுபவமெல்லாம், அரிசி, பருப்பு வியாபாரம், பிளாஸ்டிக் லாமினேஷன் ட்யூப் தயாரிப்பு, எஸ்ஸெல் வேர்ல்ட் என்கிற அளவில் நின்றுவிட்டது. அவருக்கும் மீடியாவுக்கும் துளி சம்பந்தம்கூட இல்லை.

இந்த விவரம் தெரிந்ததும், ஸ்டார் நிர்வாகிகள் அலறிவிட்டார்கள். 'ஐயா, தப்பித்தவறிக்கூட சுபாஷ் சந்திராவுடன் கூட்டுச்

சேர்ந்துவிடாதீர்கள், அவருக்கு டிவி சேனல் என்றால் என்ன என்பதுகூடத் தெரியாது, சும்மா கனவு காண்கிறார், அவரை நம்பி ஆற்றில் இறங்கினால், நாம் காலி!'

ரிச்சர்ட் லீ, ஒருவிதத்தில் இதனை ஏற்கெனவே எதிர்பார்த்திருந்தார். ஆகவே, அவ்வளவாக அலட்டிக்கொள்ளவில்லை, 'சுபாஷ் சந்திரா போகட்டும், இந்தியாவில் வேறு யாரேனும் சாடிலைட் சேனல் தொடங்குவார்களா? அவர்களுக்கு நம்முடைய சாடிலைட் தேவைப்படுமா?' என்று விசாரித்தார்.

அப்போது, இந்தியப் பார்வையாளர்களுக்கென்று தனியாக ஒரு சாடிலைட் சேனல்கூடக் கிடையாது. ஆனால் பலருக்கு, இந்தத் துறையில் இறங்கவேண்டும் என்கிற ஆசை இருந்தது. முக்கியமாக, பல செய்தி நிறுவனங்கள், சொந்தமாக ஒரு சேனல் தொடங்கலாமா என்று யோசித்துக்கொண்டிருந்தார்கள்.

இந்த விஷயம் கேள்விப்பட்டதும், ரிச்சர்ட் லீ சுறுசுறுப்பாகி விட்டார். இது ஒரு பிரமாதமான வாய்ப்பு, இந்தச் செய்தி நிறுவனங்களை நேரில் சந்தித்துப் பேசினால், யாரேனும் தன்னுடைய சாடிலைட்டை நல்ல வாடகைக்கு ஏற்றுக்கொள்வார்கள் என்று அவருக்குத் தோன்றியது.

அப்போது ஸ்டார் நிறுவனம், தனது 'சாடிலைட் டிரான்ஸ்பாண்டர்' *(Transponder)* எனப்படும் ஒளிபரப்புக் கருவிகளைப் பராமரிப்பதற்கு ஏகப்பட்ட செலவு செய்து கொண்டிருந்தது. இப்படி யாரேனும் இந்தியாவில் ஒரு சேனல் தொடங்கினால், அவர்களிடம் வாங்கும் வாடகையைக் கொண்டு, இந்தச் செலவைக் குறைக்கலாம் என்பதுதான் லீ குடும்பத்தின் திட்டம்.

இதற்காக, 1992ம் ஆண்டு ஏப்ரல் மாதம், ரிச்சர்ட் லீ இந்தியாவுக்கு வந்தார். இங்கே என்ன செய்யவேண்டும், எப்படிச் செய்யவேண்டும் என்று கச்சிதமாகத் திட்டங்கள் வகுத்துக்கொண்டிருந்தார் அவர்.

ஏற்கெனவே, இந்தியாவில் ஸ்டார் டிவி மிகப் பிரபலம். ஆகவே, ரிச்சர்ட் லீயைச் சந்தித்துப் பேசுவதற்குப் பல உள்ளூர்த் தொழிலதிபர்கள் ஆவலாக இருந்தார்கள்.

ரிச்சர்ட் லீயின் இந்திய டைரி நிரம்பி வழிந்தது. வரிசையாக, டைம்ஸ் ஆஃப் இந்தியா, ஹிந்துஸ்தான் டைம்ஸ், சண்டே மெயில், பாம்பே டையிங் உள்ளிட்ட பல முக்கிய நிறுவனங்களைச் சேர்ந்த பிரமுகர்கள் அவரைச் சந்திக்க வந்தார்கள்.

இவர்கள் எல்லோரிடமும், கிட்டத்தட்ட ஒரேமாதிரியாகத்தான் பேசினார் ரிச்சர்ட் லீ, 'இந்தியாவில் நீங்கள் ஒரு சாடிலைட் சேனல் தொடங்க விரும்புகிறீர்களா? உங்களுக்குத் தேவையான சாடிலைட் நேரத்தை நாங்கள் தருகிறோம், வருடத்துக்கு எவ்வளவு டாலர் வாடகை கொடுப்பீர்கள்?'

இப்படி அவர் நேரடியாகக் கேட்டபோது, பலருக்கு என்ன பதில் சொல்வது என்றே தெரியவில்லை. 'ஸ்டார் டிவி முதலாளி என்று இந்த ஆளைச் சந்திக்கவந்தால், இவர் என்ன நம் தலையில் ஒரு சாடிலைட்டைக் கட்டப்பார்க்கிறார்?' என்று திகைத்துப்போனார்கள்.

உண்மையில், அவர்கள் எல்லோருக்கும், மனத்தின் ஒரு மூலையில், சொந்தமாக சேனல் தொடங்குகிற ஆசை இருந்தது. ஆனால், அது சரிப்படுமா, லாபம் வருமா, வராதா என்று மிகவும் தயங்கிக்கொண்டிருந்தார்கள். இதனால், ரிச்சர்ட் லீயிடம் யாரும் பிடிகொடுத்துப் பேசவில்லை. 'ஆர்வம் இருக்கிறது, ஆனால், அப்புறம் பார்க்கலாம்' என்பதுபோல் மழுப்பலாகப் பதில் சொல்லிக்கொண்டிருந்தார்கள்.

இவர்களில், டைம்ஸ் ஆஃப் இந்தியா குழுமத்திற்கு, ஒன்றிரண்டு தொலைக்காட்சி நிகழ்ச்சிகளைத் தயாரித்த அனுபவம் இருந்தது. அந்தத் தைரியத்தில், நாமே ஒரு தொலைக்காட்சி சேனல் தொடங்கினால் என்ன என்று அவர்கள் சீரியஸாக யோசித்துக்கொண்டிருந்தார்கள்.

'நிச்சயமாகத் தொடங்கலாம்' என்று அவர்களுக்கு நம்பிக்கை அளித்தார் ரிச்சர்ட் லீ, 'எல்லாத் தொழில்நுட்ப விஷயங்களையும் நாங்கள் கவனித்துக்கொள்கிறோம், நீங்கள் கவலைப்படவேண்டாம்.'

சரி, வாடகை?

டைம்ஸ் ஆஃப் இந்தியா குழுமம், நீண்ட யோசனைக்குப்பிறகு,

வருடத்துக்கு ஒரு மில்லியன் டாலர்கள் தருவதாகச் சொன்னது. ரிச்சர்ட் லீ வெறுத்துப்போய்விட்டார். சுபாஷ் சந்திரா ஐந்து மில்லியன் டாலர் சொன்னபோதே, அவருக்குப் போதவில்லை. இங்கே என்னடாவென்றால், யாரும் ஒரு மில்லியனைத் தாண்டி மேலே வரமாட்டேன் என்கிறார்கள்.

அப்போதுதான், அவருக்கு மீண்டும் சுபாஷ் சந்திராவின் ஞாபகம் வந்தது. யார் அந்த ஆள்? அவர் ஒரு பெரிய தொழிலதிபர் இல்லை என்று எல்லோரும் சொல்கிறார்கள். ஆனால், மற்றவர்கள் ஒரு மில்லியன் டாலர் செலவழிக்கத் தயங்குகிற இடத்தில், அவர் ஐந்து மில்லியன் டாலர்களைக் கொட்டத் தயாராக இருந்தார். அப்படியானால் என்ன அர்த்தம்?

மற்றவர்களைவிட, சுபாஷ் சந்திராவுக்கு சாடிலைட் சேனல்களின் வீச்சு புரிந்திருக்கிறது. அதனால்தான், எத்தனை கோடி வாடகையாகக் கொடுத்தாலும், விளம்பரங்களின்மூலம் சம்பாதித்துவிடலாம் என்று நம்பிக்கையாக இருக்கிறார்.

இந்தியாவில் ரிச்சர்ட் லீ சந்தித்த மற்ற நிறுவனங்களிடம், அந்த நம்பிக்கை இல்லை. அநேகமாக எல்லோருமே இந்தத் துறையில் இறங்கலாமா, வேண்டாமா என்று முடிவெடுக்கமுடியாமல் திணறிக்கொண்டிருந்தார்கள். இவர்களோடு ஒப்பிடுகையில், சுபாஷ் சந்திராவுடன் கூட்டுச் சேர்வது எவ்வளவோ மேல்!

சில மாதங்களுக்குமுன்னால், சுபாஷ் சந்திராவை நிராகரித்து வெளியே அனுப்பிய ரிச்சர்ட் லீ, இப்போது அவரே சுபாஷைத் தொடர்புகொண்டார், 'நான் உங்களைச் சந்திக்கவேண்டும்' என்றார்.

இப்படி ஒரு திடீர் திருப்பத்தை, சுபாஷ் சந்திரா கொஞ்சம்கூட எதிர்பார்த்திருக்கவில்லை. முன்பு அவராகச் சென்று ரிச்சர்ட் லீயிடம் நேரம் கேட்டுக் கெஞ்சிக்கொண்டிருந்தார். ஆனால் இப்போது, அதே ரிச்சர்ட் லீ சுபாஷ் சந்திராவைத் தேடி வருகிறார். இந்த மாற்றம், எப்படி நிகழ்ந்தது என்று சுபாஷ் சந்திராவுக்குப் புரியவில்லை. ஆனால், இதை நன்றாகப் பயன்படுத்திக்கொள்ளவேண்டும் என்றுமட்டும் உள்ளுக்குள்

தீர்மானித்துக்கொண்டார். ரிச்சர்ட் லீயும், இந்தமுறை சுபாஷ் சந்திராவை அலட்சியமாகப் பார்க்கவில்லை. பணிவாக, 'நீங்கள் யார்? என்ன தொழில் செய்கிறீர்கள்? உங்களைப்பற்றிக் கொஞ்சம் சொல்லுங்கள்' என்று கேட்டுக்கொண்டார்.

இவர் தன்னை ஆழம் பார்க்கிறார் என்று புரிந்துகொண்டார் சுபாஷ் சந்திரா. எப்படியாவது ரிச்சர்ட் லீயை அசத்திவிட வேண்டும் என்பதற்காக, அவரை 'எஸ்ஸெல் பேக்கேஜிங்' தொழிற்சாலைகளுக்கு நேரில் அழைத்துச்சென்றார். அப்போது, 'எஸ்ஸெல் பேக்கேஜிங்' நிறுவனம் மிகப் பெரிய வெற்றியைச் சந்திக்கத் தொடங்கியிருந்தது. உலக அளவில் சிறந்து விளங்கும் பல பெரிய நிறுவனங்கள், அதன் வாடிக்கையாளர்களாக இருந்தார்கள்.

இந்த விஷயம் கேள்விப்பட்டதும், ரிச்சர்ட் லீக்குக் கொஞ்சம் நம்பிக்கை பிறந்தது. இந்த மனிதரிடம் ஏதோ விசேஷமாக இருக்கவேண்டும், இல்லையென்றால், இத்தனை பெரிய நிறுவனங்கள் இவருடன் இணைந்து பிஸினஸ் செய்யமாட்டார்கள்!

சுபாஷ் சந்திராவுடன் மேலும் பேசப் பேச, அவருடைய தொழில் முயற்சிகள், கொள்கைகளைப்பற்றிக் கேட்கக் கேட்க, ரிச்சர்ட் லீயின் மனம் மாறியது. அவருடன் இணைந்து பணியாற்ற ஒப்புக்கொண்டார்.

அவ்வளவுதான்! சுபாஷ் சந்திராவின் தொலைக்காட்சி சேனல் முயற்சிக்கு ஏற்பட்டிருந்த மிகப் பெரிய தடை, விலகிவிட்டது. அவருடைய நிகழ்ச்சிகளை ஒளிபரப்புவதற்கு ஒரு சாடிலைட் கிடைத்துவிட்டது. ஆனால், புதிதாக ஒரு சாடிலைட் சேனல் தொடங்குவது என்றால், சாதாரண விஷயமா? ஐந்து மில்லியன் டாலர் கொடுத்து சாடிலைட் வாங்கினால் மட்டும் போதுமா? படப்பிடிப்புக் கருவிகள், ஒலிப்பதிவுக் கூடங்கள், நடிகர்கள், கலைஞர்களுக்குச் சம்பளம், மார்க்கெட்டிங், விளம்பரங்கள் என்று இன்னும் எத்தனையோ செலவுகள் இருக்கின்றன. அத்தனைக்கும் கையில் பணம் வேண்டாமா?

அன்றைய சூழ்நிலையில், சுபாஷ் சந்திராவிடம் அவ்வளவு பணம் இல்லை. ஆகவே, தன்னை நம்பிப் பணம் போடக்கூடிய

வெளி முதலீட்டாளர்களைத் தேட ஆரம்பித்தார்.

இதுபோன்ற முதலீட்டாளர்களை, ஆங்கிலத்தில் *'Angel Investors'* என்று அழைப்பார்கள். இவர்கள், தங்களிடம் இருக்கும் பணத்தைச் சில நல்ல புது முயற்சிகளில் முதலீடு செய்வார்கள், பிறகு அந்த முயற்சிகள் 'க்ளிக்' ஆகி நன்றாகச் சம்பாதிக்கும்போது, பலமடங்கு லாபம் பார்த்துவிடுவார்கள்.

சுபாஷ் சந்திராவின் ஹிந்தி சாடிலைட் தொழில் முயற்சிக்கு, முதலீட்டாளர்களிடையே நல்ல வரவேற்பு இருந்தது. ஆகவே, அவர் புது சேனல் தொடங்குவதற்குத் தேவையான தொகை, சுலபத்தில் கிடைத்துவிட்டது.

இந்தத் தொகையை முதலீடு செய்தவர்களில் முக்கியமானவர், பிரிட்டனைச் சேர்ந்த ஜேம்ஸ் கோல்ட்ஸ்மித் *(James Goldsmith)*. உலகெங்கும் பல பிரமாதமான 'ஆரம்ப நிலை' *(Startup)*த் தொழில்களை அடையாளம் கண்டு, அவற்றுக்கு நிதி உதவி செய்துவந்தார் இவர். ஹாங்காங்கில் ஜேம்ஸ் கோல்ட்ஸ்மித் உருவாக்கியிருந்த முதலீட்டு நிறுவனம், 'ஓரியன்டல் இன்வெஸ்ட்மென்ட்ஸ்' *(Oriental Investments)*. இதன் சார்பாக, சுபாஷ் சந்திராவின் புதிய தொலைக்காட்சி சேனலில் 15% முதலீடு செய்ய ஒப்புக்கொண்டார் அவர்.

இதேபோல், இந்தோசூயஸ் வங்கியின் சகோதர நிறுவனமான *'APAC'* 20% முதலீடு செய்தது, இன்னும், *'Jardine Select'* என்ற நிறுவனம் 10%, *'WI Carr'* 5%. மிச்சமிருந்த 50%, சுபாஷ் சந்திராவுடையது.

இந்த முதலீடுகள் அனைத்தையும் திரட்டி, 'ஏசியா டுடே' *(Asia Today)* என்ற புதிய நிறுவனம் தோற்றுவிக்கப்பட்டது. இதன் சார்பில், இந்தியாவின் முதல் சாடிலைட் சேனல் ஒன்றை உருவாக்கும் முயற்சிகள் சுறுசுறுப்பாகத் தொடங்கின.

10. புத்தம் புதுசு

ஊருக்கு வெளியே ஒரு வெட்டவெளிப் புறநகர் பகுதி, காலியாகக் காற்று வாங்கிக்கொண்டிருக்கும் அந்தப் பிரதேசத்தில், ஒரு வீடு, கடை, அலுவலகம், காக்கா, குருவி எதுவுமே தென்படாது.

ஆனால், பத்துப் பதினைந்து வருடங்களுக்குப்பிறகு, இந்தப் பகுதி நன்கு வளர்ந்து செழிப்பாகிவிடும் என்கிற தொலைநோக்குடன், யாரேனும் அங்கே நிலம் வாங்கிப்போடுவார்கள், புறநகர்ப் பகுதி என்பதால், நிலத்தின் விலையும் குறைவாகத்தான் இருக்கும்.

சில ஆண்டுகளுக்குப் பிறகு, அவர் எதிர்பார்த்தது போலவே, அந்தப் பகுதியில் ஏதாவது ஒரு புதுத் தொழிற்சாலை வரும், அல்லது பக்கத்தில் விமான நிலையம் கட்டுவார்கள், ஒரு முக்கியமான நெடுஞ்சாலை வரும், அந்தப் பிரதேசம் முழுமைக்கும் ஒரு திடீர் முக்கியத்துவம் வந்துவிடும்.

அப்போதுதான், மற்றவர்கள் விழித்துக்கொண்டு அங்கே படையெடுப்பார்கள். 'நிலம் என்னப்பா விலை?' என்று விசாரிப்பார்கள். இப்போது, முன்பு அங்கே பணம் போட்டவர் ஒன்றுக்குப் பல மடங்காகச் சம்பாதித்துவிடுவார்.

பரம்பரை வியாபாரக் குடும்பத்தைச் சேர்ந்த சுபாஷ் சந்திராவுக்கு, இந்தக் கணக்கு நன்றாகத் தெரியும். அதனால்தான்,

இந்தியாவில் மற்ற யாரும் சாடிலைட் சேனல்களைப்பற்றிக் கனவுகூடக் காணாத நேரத்தில், இவர் நம்பிக்கையாகக் களம் இறங்கினார்.

அந்த விதத்தில், சாடிலைட் சேனல்களின் வாய்ப்புகளை, வருங்காலச் சாத்தியங்களை முழுமையாக உணர்ந்த முதல் இந்தியர் என்று சுபாஷ் சந்திராவைக் குறிப்பிடலாம். அதிலும், வெறுமனே யோசித்துக் கனவு காணாமல், சில மாதங்களுக்குள் சட்டென்று செயலில் இறங்கியது அவருடைய புத்திசாலித்தனம்.

முதல் சேனல், தொடங்குவது கஷ்டம்தான். ஆனால், அப்படி ஒன்றைத் தொடங்கி, தூர்தர்ஷனிடமிருந்து வித்தியாசம் காட்டிவிட்டால், மிகக் குறுகிய காலகட்டத்தில் ரசிகர்களைக் கவர்ந்து இழுத்துவிடலாம் என்று உறுதியாக நம்பினார் அவர்.

அன்றைக்கு தூர்தர்ஷன் இருந்த நிலைமை அப்படி, அழுதுவடியும் நிகழ்ச்சிகளையும், ஒரே கதையை, பாத்திரங்களைத் திரும்பத் திரும்பக் காண்பித்துச் சோர்வூட்டிய நாடகங்களையும் தாண்டி, மக்களை செமையாகப் போரடித்துக்கொண்டிருந்தார்கள். கொஞ்சம் புதுமையாகச் சிந்திக்கிற யாரும், அவர்களைவிடச் சுவாரஸ்யமான நிகழ்ச்சிகளை மிக எளிதாகத் தயாரித்துவிடலாம்.

சினிமா, இசைப் பிரியரான சுபாஷ் சந்திரா, முற்றிலும் பொழுதுபோக்கு அம்சங்களைச் சார்ந்தே தனது நிகழ்ச்சிகள் அமையுமாறு பார்த்துக்கொண்டார். அப்போதுதான், மக்கள் பெரும் எண்ணிக்கையில் நமது சேனலைத் தேடி வருவார்கள்.

மக்கள் வந்தால், பின்னாலேயே விளம்பரதாரர்களும் வருவார்கள். போட்ட பணத்தைச் சில மாதங்களுக்குள் எடுத்துவிடலாம். 'நிச்சயமாக நாம் ஜெயிக்கப்போகிறோம்' என்கிற விஷயத்தில், சுபாஷ் சந்திராவுக்கு எந்தச் சந்தேகமும் இல்லை. ஆகவே, எத்தனை சீக்கிரத்தில் தனது புது சேனலை அரங்கேற்றமுடியும் என்று துடிதுடித்துக்கொண்டிருந்தார்.

இதற்காக அவர் உருவாக்கிய 'ஏசியா டுடே' நிறுவனம், கோடி கோடியாகச் செலவழித்துக்கொண்டிருந்தது. முக்கியமாக, இந்திய அரசாங்கத்திடம் அனுமதி பெறுவதற்கு நிறையச் செலவு செய்யவேண்டியிருந்தது.

அன்றைய இந்தியாவில், தனியார் தொலைக்காட்சி சேனல்களைப் பற்றிய விதிமுறைகள் தெளிவாக இல்லை. இப்போது 'கேபிள் டிவி சட்டம்' என்று சொல்கிறார்களே, அதெல்லாம் அப்போது உருவாகியிருக்கவில்லை.

இதனால், புதிதாக ஒரு தொலைக்காட்சி சேனல் தொடங்க விரும்புகிறவர்கள், எதைச் செய்யலாம், எதைச் செய்யக்கூடாது என்பதில் பல குழப்பங்கள் இருந்தன. சட்டப்படி எது சரி, எது தவறு என்றுகூடத் தெரியாமல் செயலில் இறங்கினால், பின்னால் யாரேனும் பிடித்து உள்ளே தள்ளிவிடுவார்களோ என்று பலர் பயந்தார்கள்.

ஆனால், சுபாஷ் சந்திரா அப்படித் தயங்கி நிற்கமுடியாத சூழ்நிலை, பல கோடி ரூபாய் முதலீடு தேங்கிக் கிடக்கிறது. புது சேனல் தாமதமாகும் ஒவ்வொரு நாளும், நஷ்டம்தான்.

அடிப்படையில், சுபாஷ் சந்திரா மிக நேர்மையானவர், யார் என்ன தவறு செய்தாலும் கோபப்படுகிற அவர், நேர்மை தவறுகிறவர்களை மட்டும் மன்னிக்கவே மாட்டார்.

ஆனால், அவர்கூட தன்னுடைய முதல் தொலைக்காட்சி சேனலைத் தொடங்குவதற்காக, அரசாங்கம், அரசியல்வாதிகளிடம் ஒன்றிரண்டுமுறை லஞ்சம் கொடுக்கவேண்டியிருந்தது. இதை வெளிப்படையாக ஒப்புக்கொள்ளும் சுபாஷ், அது தவறு என்பதை உணர்ந்துவிட்டதாகவும், பின்னர் அதனை முற்றிலும் தவிர்த்துவிட்டதாகவும் சொல்கிறார்.

1992ம் ஆண்டு செப்டம்பர் 8ம் தேதி, சுபாஷ் சந்திராவின் புதிய தொலைக்காட்சி நிறுவனம் உதயமானது. அதன் பெயர், 'ஜீ டெலிஃபிலிம்ஸ் லிமிடெட்' (Zee Telefilms Limited).

அடுத்த மாதம், காந்தி பிறந்த தினத்தன்று (அக்டோபர் 2), இந்த நிறுவனத்தின் சார்பில் இந்தியாவின் முதல் சாடிலைட் சேனல் உதயமானது. அதற்கு 'ஜீ டிவி' (Zee Tv) என்று பெயர் சூட்டியிருந்தார் சுபாஷ் சந்திரா. அப்போது, பெரும்பாலான இந்தியர்களுக்கு சுபாஷ் சந்திரா யார் என்பதுகூடத் தெரியாது. ஆனால் அவர் 'ஜீ டிவி'யின் முதல் ஒளிபரப்பில் தோன்றிப் பேசியபோது, தொலைக்காட்சி ரசிகர்கள் எல்லோருக்கும் மெய்சிலிர்த்திருக்கும்.

'இன்றுமுதல், நாங்கள் ஜீ டிவி என்ற பெயரில் ஒரு ஹிந்தித் தொலைக்காட்சியைத் தொடங்குகிறோம், சரித்திரத்தில் முதன்முறையாக, ஓர் இந்தியத் தனியார் தொலைக்காட்சி சேனல், சாடிலைட் தொழில்நுட்பத்தின்வழியே உங்கள் இல்லங்களைத் தேடி வருகிறது.'

ஜீ டிவி தொடங்கப்பட்ட புதிதில், இருபத்து நான்கு மணி நேர ஒளிபரப்பெல்லாம் இல்லை. ஒரு நாளைக்கு ஆறு மணி நேரம்தான் நிகழ்ச்சிகள் ஒளிபரப்பாகிக்கொண்டிருந்தன.

அதற்கே, சுபாஷ் சந்திராவுக்கு ஏகப்பட்ட செலவு. ஆரம்பத்தில் அதிக விளம்பரங்களும் வராத காரணத்தால், ஒரு நாளைக்குச் சுமார் இருபது லட்சம் நஷ்டமாகிக்கொண்டிருந்தது.

ஒரு நாளைக்கு இருபது லட்சம் என்றால், ஒரே வாரத்தில் ஒன்றரைக் கோடி காலியாகிவிடும். இப்படி ஒரு நஷ்டத்தை எப்படிச் சமாளிப்பது?

சுபாஷ் சந்திராவைக் கூர்ந்து கவனித்துக்கொண்டிருந்த மற்ற தொழிலதிபர்கள், சந்தை நிபுணர்கள், 'அவ்வளவுதான், ஜீ டிவி காலி' என்று கணித்தார்கள். சில வாரங்களில், முதலீடெல்லாம் தீர்ந்துபோய், இந்தச் சேனல் மூழ்கிப்போய்விடும் என்று பகிரங்கமாகவே பேசிக்கொண்டார்கள்.

ஆனால், சுபாஷ் சந்திரா நம்பிக்கை இழக்கவில்லை. ஏற்கெனவே எஸ்ஸெல் பேக்கேஜிங்கில் இப்படித் தொடர்ந்து நஷ்டத்தைப் பார்த்துச் சமாளித்து மேலே வந்தவர்தானே அவர்? இப்போதும், இந்த நஷ்டத்தை ஒரு தடையாக எண்ணாமல், சாதாரணப் பிரச்னையாக மட்டும் நினைத்து, அதற்குத் தீர்வு என்ன என்று யோசிக்கத் தொடங்கினார்.

தினமும், நம் கையில் ஆறு மணி நேரம் இருக்கிறது. அதில் சாதாரண நிகழ்ச்சிகளை ஒளிபரப்பினால், மக்கள் தொலைக்காட்சியை அணைத்துவிட்டுத் தூங்கப் போய்விடுவார்கள். அவர்கள் கண்ணிமைக்கக்கூட முடியாதபடி பிரமாதமான நிகழ்ச்சிகளைத் தயார் செய்யவேண்டும், அவர்களை அப்படியே டிவி பெட்டியுடன் சேர்த்துக் கட்டிப்போடவேண்டும் என்று முடிவெடுத்தார் சுபாஷ் சந்திரா.

இதற்காக, தனி அக்கறையுடன் ஜீ டிவி நிகழ்ச்சிகள் ஒவ்வொன்றையும் கவனிக்கத் தொடங்கினார் அவர். ஆரம்ப காலத்தில், ஜீ தொலைக்காட்சியில் ஒளிபரப்பான ஒவ்வொரு படத் துணுக்கும், சுபாஷ் சந்திராவின் பார்வையில் படாமல் போகாது.

ஒரு முதலாளியாக, மேலாளராக இல்லாமல், ரசிகராக அந்த நிகழ்ச்சிகளைக் கவனித்ததுதான் சுபாஷின் வெற்றிக்கு முக்கியமான காரணம். 'வேறொரு தொலைக்காட்சியில் இந்த நிகழ்ச்சி ஒளிபரப்பானால், நான் ரசிப்பேனா, அல்லது போரடிக்கிறது என்று எழுந்து போய்விடுவேனா?' இந்த ஒரு கேள்வியைத் தனக்குள் திரும்பத் திரும்பக் கேட்டுக்கொண்டதால், ஒவ்வொரு நிகழ்ச்சியிலும், என்ன குறை என்பதை அவரால் சட்டென்று அடையாளம் கண்டுவிடமுடிந்தது. அதை எப்படி மாற்றினால் சரிப்படும் என்பதற்கான ஆலோசனைகளையும் சொல்லமுடிந்தது.

ஆனால், என்னதான் சுபாஷ் சந்திரா ஜீ டிவி நிகழ்ச்சிகளைப் பார்த்துப் பார்த்துச் செதுக்கினாலும், அவர் ஒருவர் மட்டுமே எல்லா வேலைகளையும் செய்துவிடமுடியாது. அதற்காக, பல துறைகளைச் சார்ந்த பெரிய நிறுவனங்களில் இருந்து அனுபவமும் திறமையும் சேர்ந்த மேலாளர்களை வளைத்துப் பிடித்தார் சுபாஷ் சந்திரா.

இந்த மேலாளர்களில் சிலர், நிகழ்ச்சிப் பொறுப்புகளைக் கவனித்துக்கொண்டார்கள். மற்றவர்கள், நாடுமுழுவதும் ஜீ டிவியைப் பிரபலப்படுத்துவது, விளம்பரதாரர்களின் ஆதரவைத் திரட்டுவது என்று மெனக்கெட்டார்கள்.

சுபாஷ் சந்திரா குழுவினர் இப்படிக் கச்சிதமாகத் திட்டமிட்டு உழைக்க, பலன்கள் உடனடியாகக் கிடைத்தன. மக்களிடையே இப்படி ஒரு புது சேனல் வந்திருக்கிற விஷயம் அதிவேகமாகப் பரவ ஆரம்பித்தது. ஜீ டிவியின் நிகழ்ச்சிகளை தூர்தர்ஷனுடன் ஒப்பிட்டுப் பார்த்த மக்கள், 'ஆஹா, ஓஹோ' என்று புகழத் தொடங்கினார்கள். இத்தனைக்கும், இந்த நிகழ்ச்சிகளைத் தயாரிப்பதற்கு சுபாஷ் சந்திரா அப்படியொன்றும் பெரிதாகச் செலவு செய்துவிடவில்லை. சொல்லப்போனால், முடிந்தவரை

செலவைக் குறைக்கவேண்டும் என்று தனது நிகழ்ச்சித் தயாரிப்பாளர்கள் எல்லோருக்கும் அறிவுறுத்தியிருந்தார் அவர்.

இதனால், ஆரம்ப கால ஜீ டிவியில் பெரும்பாலான நிகழ்ச்சிகளுக்கு வெளிப்புறப் படப்பிடிப்பு என்றெல்லாம் பெரிதாக அலட்டிக்கொள்ளவில்லை, ஸ்டூடியோவுக்குள்ளேயே செட் போட்டுச் சிக்கனமாக முடித்துவிட்டார்கள்.

ஆனால், லட்சம் லட்சமாகக் காசைக் கொட்டினால்தான் நிகழ்ச்சிகள் தரமாக இருக்குமா? புதுமையான ஐடியாக்கள் மற்றும் அவற்றைச் செயல்படுத்துவதில் வித்தியாசம் காட்டுவது என ஜீ டிவி நிகழ்ச்சிகள் ரசிகர்களுக்கு ஒரு புதிய அனுபவத்தைக் கொடுத்தன.

மக்களிடையே நல்ல வரவேற்பைப் பெற்ற தனது நிகழ்ச்சிகளை, வேறுவிதமாக பேக்கேஜ் செய்து மறுஒளிபரப்பும் செய்தது ஜீ டிவி. இதேபோல், வெளிநாட்டு நிகழ்ச்சிகள், அனிமேஷன் படங்களையெல்லாம் உள்ளூர் வாசனையுடன் மொழிபெயர்த்து வெளியிட்டபோது, அதற்குப் பிரமாதமான வரவேற்பு கிடைத்தது.

இப்படிப் பலவிதங்களிலும் நிகழ்ச்சித் தயாரிப்புச் செலவைக் குறைத்துக்கொண்டிருந்த ஜீ டிவி மேலாளர்கள், அதன்மூலம் நிகழ்ச்சிகளின் தரம் சரிந்துவிடாதபடி பார்த்துக்கொண்டார்கள். முக்கியமாக, பொழுதுபோக்கை எதிர்பார்த்து வருகிறவர்கள் ஏமாந்துவிடக்கூடாது என்பதில் சுபாஷ் சந்திரா மிகக் கவனமாக இருந்தார்.

ஏனெனில், மக்கள், பொழுதுபோக்குக்காகத்தான் டிவி பார்க்கிறார்கள் என்பது சுபாஷ் சந்திராவின் கட்சி. அவர்கள் நாள்முழுவதும் உழைத்த களைப்பை மறப்பதற்காகத் தொலைக்காட்சி பெட்டிமுன் உட்கார்கிறபோது, அவர்களுக்குத் தேவை, சுற்றிலும் என்ன நடக்கிறது என்பதையே மறக்கச் செய்யும் அளவுக்குப் பிரமாதமான ஒரு புது உலகம். அதை நம் சேனலில் கொண்டுவந்துவிட்டால், வெற்றி நிச்சயம் என்றார் அவர். இந்தத் திட்டத்தின்படி, திரைப்படங்கள், பாடல்கள், நாடகங்கள், மற்ற கேளிக்கை நிகழ்ச்சிகள் என்று ஒரு பெரிய பொழுதுபோக்குப் புதையலாக உருவானது ஜீ டிவி.

அடுத்தடுத்த புதுமைகளின்மூலம் மக்களை மேலும் மேலும் வியப்பில் ஆழ்த்திக்கொண்டே போனார்கள்.

குறிப்பாக, இந்தியர்களின் திரைப்பட ஆர்வத்தை ஜீ டிவி மிகச் சிறப்பாகப் பயன்படுத்திக்கொண்டது. அதுவரை, வாரம் ஒருமுறையோ, மாதம் ஒருமுறையோ சினிமா பார்த்துக்கொண்டிருந்த மக்கள், இப்போது தினம் தினம் திரைப்படங்களைப் பார்க்கமுடிந்தது. புதுப் படங்களிலிருந்து பாடல்கள், காட்சிகள் உடனுக்குடன் ஒளிபரப்பப்பட்டு, கோடிக்கணக்கான வீடுகளைச் சென்றடைந்தன.

மற்ற நிகழ்ச்சிகளிலும், திரைப்படங்களைப்போன்ற பிரம்மாண்டத்தைக் கொண்டுவரவேண்டும் என்று மெனக்கெட்டார் சுபாஷ் சந்திரா. சாதாரண மாமியார் - மருமகள் நாடகங்கள்கூட, ஜீ டிவியில் ஒளிபரப்பாகும்போது சற்றே வித்தியாசமான வண்ணத்தில் கவனம் கவர்ந்தன.

இதற்கு முக்கியக் காரணம், ஜீ டிவி குழுவினர், சின்னச் சின்ன விஷயங்களைக்கூட அலட்சியமாக விடவில்லை. எதிலும் ஓர் அழகு, நேர்த்தி தென்பட்டது.

இத்தனைக்கும், அப்போது ஜீ டிவியின் நிகழ்ச்சித் தயாரிப்பாளர்கள் பலர், இந்தத் துறைக்குப் புதியவர்கள். சுபாஷ் சந்திரா உள்பட எல்லோருக்கும், தொலைக்காட்சி ஊடகத்தில் அனுபவம் குறைவு.

என்றாலும், அவர்கள் கடுமையாக உழைக்கத் தயாராக இருந்தார்கள். கூடவே, 'இந்தப் போட்டியில் நாம் ரொம்பப் பின்தங்கியிருக்கிறோம், கஷ்டப்பட்டால்தான் ஜெயிக்கமுடியும்' என்கிற பொறுப்புணர்ச்சியும் இருந்தது.

இதனால், நிகழ்ச்சித் தொகுப்பு, காட்சியமைப்பு, பின்னணிகள் என்று, 'தடங்கலுக்கு வருந்துகிறோம்' கார்ட்வரை எல்லாவற்றிலும் தூர்தர்ஷனிலிருந்து வித்தியாசம் காட்டியது ஜீ டிவி. 'நாங்கள் தனி ரகம்' என்று சொல்லாமல், நிகழ்ச்சிகளின் மூலம் செய்து காட்டினார்கள்.

சுபாஷ் சந்திரா நினைத்ததுபோலவே, '100% பொழுதுபோக்கு' ஃபார்முலா பிரமாதமாக வேலை செய்தது. ஜீ டிவி தொடங்கிச்

சில மாதங்களுக்குள், அதன் நிகழ்ச்சிகள் தூர்தர்ஷனை ஓரங்கட்டத் தொடங்கின.

அதேசமயம், சுபாஷ் சந்திரா ஒரு விஷயத்தில் தெளிவாக இருந்தார், நம்மால் இப்போதைக்கு தூர்தர்ஷனுடன் போட்டி போடமுடியாது!

காரணம், இந்தியாவில் தூர்தர்ஷனின் வீச்சு மிகப் பெரியது. முக்கிய நகரங்களில் மட்டுமின்றி, கிராமங்கள், குக்கிராமங்கள் என்று நாட்டின் மூலை முடுக்குகளில் எல்லாம் தூர்தர்ஷனின் அரசாங்க ஒளிபரப்பு சென்று சேர்ந்திருக்கிறது.

இதனால், புதிதாகத் தொடங்கப்பட்டிருக்கும் ஜீ டிவி, இப்போது தூர்தர்ஷனுடன் மோதினால், நர்ஸரி ஸ்கூல் பையன், ஒரு பெரிய சுமோ சாம்பியனுடன் மல்யுத்தம் நடத்துவதுபோல் இருக்கும், தூர்தர்ஷன் ஒரு விரலை லேசாக அசைத்தால், ஜீ டிவி அப்படியே நசுங்கிப்போகவேண்டியதுதான்.

ஆகவே, இப்போதைக்கு தூர்தர்ஷனைவிட்டுக் கொஞ்சம் தள்ளி நின்று, நமக்கென்று ஒரு புதிய சந்தையை உருவாக்கிக் கொள்ளலாம் என்று தீர்மானித்தார் சுபாஷ் சந்திரா. அந்தச் சந்தையில் அழுத்தமாகக் காலூன்றியபிறகு, தூர்தர்ஷனின் எல்லைக்குள் எட்டிப்பார்க்கலாம், என்ன அவசரம்?

அப்போது இந்தியா முழுவதும் ஹிந்தி மொழி பேசுகிற முக்கிய நகரங்களிலெல்லாம், கணிசமான தூர்தர்ஷன் பார்வையாளர்களை ஜீ டிவி கவர்ந்திழுக்கத் தொடங்கியிருந்தது. இவர்களை முழுமையாகத் திருப்திப்படுத்தினாலே போதும், அவர்கள் ஒவ்வொருவரும், இன்னும் பத்துப் பேரிடமாவது ஜீ டிவியை அறிமுகப்படுத்துவார்கள், படிப்படியாக மற்ற ஊர்களுக்கும் முன்னேறலாம் என்பது சுபாஷ் சந்திராவின் திட்டம்.

அதாவது, 'காணத் தவறாதீர்கள், ஜீ டிவி' என்று நாமாக வலியச் சென்று விளம்பரம் செய்யவேண்டாம், 'ஜீ டிவியில ஒரு ப்ரொக்ராம் வருதே, பார்த்தியா?' என்று மக்களே பேசவேண்டும், 'ஜீ டிவி பத்திக் கேள்விப்பட்டதில்லையா?' என்று ஆச்சர்யத்துடன் புதியவர்களுக்குச் சிபாரிசு செய்யவேண்டும்.

இப்படி சுபாஷ் சந்திரா பாஸிடிவ் பாண்டியனாகச் சிந்தித்துக்கொண்டிருந்தபோதும், ஜீ டிவி இன்னும் நஷ்டத்தின் பிடியில்தான் இருந்தது. லாபம் வருமா, வராதா? ஒருவேளை லாபம் வந்தால், எப்போது வரும்? யாருக்கும் தெரியவில்லை.

ஆனால், இந்தத் தடுமாற்றங்களையெல்லாம் சுபாஷ் சந்திரா ஒரு பொருட்டாகவே நினைக்கவில்லை. இப்போதைக்குப் பல்லைக் கடித்துக்கொண்டு சமாளித்தால், பிறகு சம்பாதித்துக் கொள்ளலாம் என்கிற எண்ணத்தில் உறுதியாக இருந்தார் அவர்.

இந்த ஒரே ஒரு காரணத்துக்காகத்தான், மற்ற சேனல்களைவிட, ஜீ டிவியில் விளம்பரக் கட்டணங்கள் குறைவாக இருக்கும்படி பார்த்துக்கொண்டார் சுபாஷ் சந்திரா. ஜீ நிகழ்ச்சிகள் மக்களிடையே நன்கு பிரபலமடையத் தொடங்கியபிறகுகூட, விளம்பரங்களுக்கு யானை விலை, குதிரை விலை என்று பேராசைப்படவில்லை.

இதனால், விளம்பரதாரர்கள் தாங்களாக ஜீ தொலைக்காட்சியைத் தேடி வந்தார்கள். தூர்தர்ஷனிலோ, மற்ற ஊடகங்களிலோ விளம்பரம் செய்வதைவிட, ஜீ டிவியை நம்புவதுதான் சிக்கனம், ப்ளஸ் புத்திசாலித்தனம் என்று தொழில்துறை வட்டாரங்களில் பேசத் தொடங்கினார்கள்.

எண்ணி ஆறே மாதம், ஜீ டிவியில் போட்ட பணத்தைத் திரும்ப எடுத்துவிட்டார் சுபாஷ் சந்திரா.

இந்திய மீடியா சரித்திரத்தின் மிகப் பெரிய வெற்றிக்கதை இது. மற்ற பெரிய நிறுவனங்களெல்லாம், சாடிலைட் சேனல்களில் பணம் வருமா, வராதா என்று ஒத்தையா, ரெட்டையா கணக்குப் பார்த்துக்கொண்டிருந்த நேரத்தில், சுபாஷ் சந்திரா என்கிற புதியவர் உள்ளே நுழைந்து ஜெயித்துவிட்டார்.

மற்ற தொழில்களுடன் ஒப்பிடுகையில், சொந்தமாக ஒரு தொலைக்காட்சி சேனல் தொடங்குவது மிகப் பெரிய செலவு பிடிக்கிற விஷயம். முக்கியமாக, ஆரம்பத்தில் அதற்காகச் செலவிடும் தொகை, திரும்பக் கிடைப்பதற்குப் பல மாதங்கள், பல வருடங்கள் ஆகும்.

ஜீ டிவி தொடங்கியபோது, இத்தனை சீக்கிரத்தில் அது லாபம் சம்பாதிக்கத் தொடங்கிவிடும் என்று சுபாஷ் சந்திராவே எதிர்பார்த்திருக்கவில்லை. குறைந்தது ஒன்றரை வருடங்களுக்குப் பிறகுதான் தன்னுடைய ஆரம்ப முதலீட்டைத் திரும்பப் பெறமுடியும் என்று கணக்குப் போட்டிருந்தார் அவர்.

ஆனால் இப்போது, ஜீ டிவி யாரும் நினைக்காத அளவு பெரிய வெற்றி அடைந்துவிட்டது. ஆறே மாதங்களுக்குள், லாபம் சம்பாதிக்கத் தொடங்கிவிட்டது.

சுபாஷ் சந்திராவின் நண்பர்கள், போட்டியாளர்கள், விரோதிகள் என்று எல்லோருமே, அவரை ஆச்சர்யத்துடன் பார்க்கத் தொடங்கிய காலகட்டம் இது. ஒருகாலத்தில், ‘இந்தியாவில் ஏது பணம்?’ என்று அலட்சியமாகப் பேசிய ரிச்சர்ட் லீகூட, ‘ஜீ டிவியில் முதலீடு செய்யாமல் தவற விட்டுவிட்டோமே’ என்று வருந்த ஆரம்பித்திருந்தார்.

அப்போதும், சுபாஷ் சந்திராவை உறுத்திக்கொண்டிருந்த ஒரு விஷயம், இந்த லாபம், தாற்காலிகமா, நிரந்தரமா? அடுத்த மாதமே மீண்டும் நஷ்டம் தலைகாட்டிவிடுமா? இந்த வெற்றியைத் தக்கவைத்துக்கொள்ள, ஜீ டிவி என்ன செய்யவேண்டும்? அதைவிட முக்கியமாக, என்ன செய்யக்கூடாது?

11. காசு மழை

ஜீ டிவியின் முதல் சில ஆண்டுகள், மறக்கமுடியாதவை.

சுபாஷ் சந்திராவுக்கு மட்டுமில்லை, அப்போதைய தொலைக் காட்சி ரசிகர்கள், இந்தத் துறையில் நுழையலாமா என்று ஆசைப்பட்டுக்கொண்டு எட்டியிருந்து வேடிக்கை பார்த்த தொழிலதிபர்கள் என்று பலருக்கும், ஜீ டிவி ஓர் அற்புதமான அனுபவமாக அமைந்துவிட்டது.

இன்றைக்கு, இந்தியாவில் வெற்றிகரமாகச் செயல்பட்டுக் கொண்டிருக்கும் எந்த ஒரு தொலைக்காட்சி சேனலையும் எடுத்துக்கொள்ளுங்கள். பொழுதுபோக்கு சேனல் என்றில்லாமல், விளையாட்டு, செய்திகள், இசை, வரலாறு என்று இவற்றில் ஒளிபரப்பாகிற நிகழ்ச்சிகள் எந்த வகையாக இருந்தாலும், அதில் ஆரம்ப கால ஜீ டிவியின் சாயல் கொஞ்சமாவது இருக்கும்.

நிகழ்ச்சிகளில் மட்டுமின்றி, ஒரு தொலைக்காட்சி சேனல் இயங்கும் விதம், நிகழ்ச்சிகளின் மார்க்கெட்டிங், பொழுதுபோக்கு அம்சங்களைக் கலந்து தரும் ஃபார்முலா என்று பலவிதங்களில், ஜீ டிவி இந்தியத் தனியார் சாடிலைட் சேனல்களுக்கு ஒரு முக்கியமான முன்னோடியாக அமைந்திருக்கிறது.

அப்போது இந்தியாவில் ஸ்டார் ப்ளஸ், ப்ரைம் ஸ்போர்ட்ஸ் போன்ற வெளிநாட்டு (ஆங்கில) நிகழ்ச்சிகள்

ஒளிபரப்பாகிக்கொண்டிருந்தன. இவை, படித்த மேல்தட்டு மக்களை மட்டுமே சென்று சேர்ந்துகொண்டிருந்தபோது, ஜீ டிவி ஹிந்தியில் பேசிப் பாமரர்களையும் எட்டிப் பிடித்தது.

இதனால், ஜீ டிவி தொடங்கப்பட்டு ஒரே ஆண்டுக்குள், சுமார் நானூறு சதவிகித வளர்ச்சியைச் சந்தித்தது. இந்தியாவில் மட்டுமின்றி, ஐக்கிய அரபுக் குடியரசு, ஓமன், குவைத், சவுதி அரேபியா, பாகிஸ்தான் என்று இந்தியர்கள், ஹிந்தி மொழி பேசும் மக்கள் எங்கெல்லாம் வாழ்கிறார்களோ, அங்கெல்லாம் ஜீ டிவி சூப்பர் ஹிட்.

ஜீ டிவியைப் பார்த்து, பல இந்திய நிறுவனங்களும் சாடிலைட் சேனல் தொடங்குகிறோம் என்று களத்தில் குதித்தார்கள். ஆனால், அவர்கள் யாராலும் இந்த அளவு வளர்ச்சியை, லாபத்தைக் குவிக்கமுடியவில்லை, தடுமாறிப்போய்விட்டார்கள்.

இந்தத் தோல்விகளுக்கு மத்தியில், ஜீ டிவி மட்டும் ஆசியா முழுவதும் பிரபலமாகிக்கொண்டிருந்தது. பல பெரிய நிறுவனங்கள், பெரும் பணக்காரர்கள் சுபாஷ் சந்திராவைத் தேடி வந்து, 'நாங்கள் ஜீ டிவியில் முதலீடு செய்ய விரும்புகிறோம்' என்று சொன்னார்கள்.

அப்போது, சுபாஷ் சந்திராவுக்கும் நிறைய பணத்தேவை இருந்தது. என்னதான் ஜீ டிவியின் விளம்பர வருமானம் அதிகரித்து வந்தாலும், அதெல்லாம் செலவுகளைச் சமாளிக்கவே சரியாகப் போய்விடுகிறது. சேனலை அடுத்த நிலைக்குக் கொண்டுசெல்வதற்கான வளர்ச்சிப் பணிகளில் கவனம் செலுத்த முடிவதில்லை.

இந்த விஷயத்தில், சுபாஷ் சந்திரா தாமதிக்க விரும்பவில்லை. மக்கள் மனத்தில் 'ஜீ டிவி' என்கிற பிராண்ட் அழுத்தமாகப் பதிந்திருக்கும்போதே, அதனை எல்லோர் மத்தியிலும் எடுத்துச் சென்றுவிடவேண்டும் என்று பரபரத்தார் அவர். ஆனால், ஜீ டிவியின் பணிகளை அடுத்த தளத்துக்கு விரிவாக்குவது என்றால், அதற்கு ஏகப்பட்ட பணம் தேவைப்படுகிறது. என்ன செய்யலாம்? இந்த வெளிநாட்டு முதலீட்டாளர்கள் காசைக் கொட்டத் தயாராக இருக்கிறார்களே, கைநீட்டி வாங்கிவிடலாமா?

தாராளமாக வாங்கலாம். ஆனால் பதிலுக்கு, அவர்களுக்கு 'ஜீ டிவி'யின் பங்குகளைப் பிரித்துத் தரவேண்டியிருக்கும்.

சுபாஷ் சந்திராவுக்கு, மற்றவர்களுடன் கூட்டணி அமைப்பதில் எந்த ஆட்சேபணையும் இல்லை. ஆனால் அதேசமயம், ஜீ டிவியின் கட்டுப்பாட்டு உரிமை தன்னிடம் மட்டுமே இருக்கவேண்டும் என்று விரும்பினார் அவர்.

இப்போது, அவர் ஜீ டிவியில் மற்றவர்களின் முதலீட்டை ஏற்றுக்கொண்டால், சுபாஷ் சந்திராவின் சொந்தப் பங்குகள் ஐம்பது சதவிகிதத்தைவிடக் குறைந்துவிடும், இதன்மூலம், அவர் ஜீ டிவியின் கட்டுப்பாட்டை இழக்கும் ஆபத்து உண்டு.

ஜீ டிவி எங்கே செல்லவேண்டும், எப்படிச் செல்லவேண்டும் என்பதையெல்லாம் தான்மட்டுமே தீர்மானிக்கவேண்டும் என்பதில் சுபாஷ் சந்திரா உறுதியாக இருந்தார். ஆகவே, அவர் வெளிநாட்டு முதலீடுகளை ஏற்க மறுத்துவிட்டார்.

அதற்கு பதிலாக, இந்தியப் பொதுமக்களிடம் முதலீடுகளை ஏற்கலாம் என்று முடிவு செய்தார் சுபாஷ் சந்திரா. அதாவது, 'ஜீ டெலிஃப்லிம்ஸ்' நிறுவனத்தின் பங்குகளை, பங்கு மார்க்கெட்டில் வெளியிடுவது. அதன்மூலம் திரட்டப்படுகிற பணத்தை, ஜீ டிவியின் விரிவாக்கப் பணிகளுக்குச் செலவிடுவது.

ஜீ டிவி ஒளிபரப்பாகத் தொடங்கி, சரியாகப் பதினொரு மாதங்களுக்குப்பிறகு, 1993ம் ஆண்டு செப்டம்பர் 1ம் தேதி 'ஜீ டெலிஃப்லிம்ஸ்' இந்தியப் பங்குச் சந்தையில் தனது பங்குகளை வெளியிட்டது. இதன்மூலம், நூறு கோடி ரூபாய் திரட்டப்பட்டது.

உடனடியாக, சுபாஷ் சந்திராவின் கனவுகள் விரியத் தொடங்கி விட்டன. ஜீ டிவிக்குத் துணையாக வேறு என்னென்ன புதிய சேனல்களைத் தொடங்கலாம் என்று யோசிக்க ஆரம்பித்துவிட்டார் அவர்.

இங்கேதான், மற்ற தொழிலதிபர்களுக்கும் சுபாஷ் சந்திராவுக்கும் இடையில் உள்ள வித்தியாசத்தைக் கவனிக்கவேண்டும். இதே சூழ்நிலையில் இன்னொருவர் இருந்திருந்தால், ஜீ

டிவியை மேலும் முன்னேற்றுவதில் மட்டும்தான் கவனம் செலுத்தியிருப்பார், புது சேனல்கள் தொடங்கவேண்டும் என்று ஆசைப்பட்டிருக்கமாட்டார்.

ஏனெனில், என்னதான் ஜீ டிவி நல்ல வெற்றியை அடைந்திருந்தாலும், அது இன்னும் செல்லவேண்டிய தூரம் நிறைய உள்ளது. தூர்தர்ஷன், மற்ற சாடிலைட் சேனல்களின் போட்டியைச் சமாளிக்க, ஜீ டிவி தன்னை நன்கு பலப்படுத்திக்கொள்வது அவசியம்.

சுபாஷ் சந்திரா இதனை மறுக்கவில்லை. இன்னும் எத்தனை சேனல்கள் வந்தாலும், ஜீ டிவிதான் தன்னுடைய பிஸினஸ் சக்கரத்தின் அச்சாணி என்பது அவருக்கு நன்றாகத் தெரிந்திருந்தது.

ஆனால் அதற்காக, ஜீ டிவியை மட்டும் விழுந்து விழுந்து கவனித்துக்கொண்டிருப்பது, குறுகிய பார்வை என்று அவருக்குத் தோன்றியது. கிரிக்கெட்டில் நன்கு பயிற்சி பெற்றுக்கொண்டிருக்கிற ஒரு பையன், கூடவே ஹாக்கியும் ஆடிப் பழகினால் என்ன தப்பு?

அப்போது, தொலைக்காட்சிப் பெட்டிகள் அதிவேகமாக நவீனமயமாகிக்கொண்டிருந்தன. புதிய தொலைக்காட்சிகளில், நூறு சேனல்களுக்குமேல் பார்க்கும் வசதிகள் இருந்தன.

ஆனால், அன்றைய இந்தியாவில் மொத்தம் நூறு சேனல்கள் இல்லை. மக்கள் ஐந்தோ, ஆறோ சேனல்களைத்தான் திரும்பத் திரும்பப் பார்க்கவேண்டியிருந்தது.

இந்த நிலைமை, ரொம்ப நாளைக்கு நீடிக்காது என்று ஊகித்தார் சுபாஷ் சந்திரா, மிக விரைவில் முப்பது, நாற்பது சேனல்கள் இந்தியர்களின் டிவி பெட்டிகளில் சென்று குதிக்கப்போகின்றன.

அப்போது, நாம் ஒரே ஒரு ஜீ டிவியை வைத்துக்கொண்டு நின்றால் நன்றாக இருக்குமா? கொஞ்சம் அசந்தாலும், நம்முடைய பார்வையாளர் அடுத்த சேனலுக்குச் சென்றுவிடுவார். அதனால்தான், ஜீ டிவியைத் தொடர்ந்து அதே தரத்தில் வேறு சில புதிய சேனல்களை உருவாக்கவேண்டும்

என்று யோசிக்கத் தொடங்கியிருந்தார் சுபாஷ் சந்திரா. குழந்தைகளுக்கு ஒன்று, பெரியவர்களுக்கு ஒன்று, பெண்களுக்கு ஒன்று, அரசியல் பிரியர்களுக்கு ஒன்று, இசை ரசிகர்களுக்கு ஒன்று என விதம்விதமாக சேனல்களை அடுக்கிவைத்தால், ரசிகர்கள் 'ஜீ' வரிசைச் சேனல்களை விட்டு வெளியே போகமுடியாதபடி கட்டிப்போட்டுவிடலாம்!

'இன்னும் எத்தனை சேனல்கள் தொடங்குவதாக இருக்கிறீர்கள்?' என்று சுபாஷ் சந்திராவிடம் கேட்கப்பட்டபோது, அவர் சொன்ன பதில், 'பத்து, பதினைந்து, அல்லது இருபது'

'அடுத்த நான்கு, ஐந்து வருடங்களுக்குள் இருபது புதிய சேனல்கள் தொடங்கப்போகிறோம், அவற்றில் சில 24 மணி நேரமும் ஒளிபரப்பாகக்கூடிய சேனல்களாக இருக்கும்.'

சுபாஷ் சந்திரா இப்படிச் சொன்னபோது, ரசிகர்கள் ஆச்சர்யத்தில் பிளந்த வாய் மூடவில்லை. அப்போதைய இந்தியாவில், இருபத்தி நான்கு மணி நேர 'நான்ஸ்டாப்' கொண்டாட்டமெல்லாம் ரொம்பப் புதுசு. ஆனால் சுபாஷ் சந்திராவுக்கு, இதெல்லாம் ஒரு பெரிய விஷயமாகவே தோன்றவில்லை. 'ரசிகர்களே, உங்களுக்கு இன்னும் பல ஆச்சர்யங்கள் காத்திருக்கின்றன' என்று மந்திரவாதிபோல் குறுகுறுப்பை ஏற்றிக்கொண்டிருந்தார்.

அப்போதுதான், முதன்முறையாக, தூர்தர்ஷன் ஜீ டிவியைப் பார்த்துக் கவலைப்பட ஆரம்பித்தது. இதற்குமேலும், நாம் ஒரே பாணியில் குதிரை ஓட்டிக்கொண்டிருக்கமுடியாது, ஏதேனும் புதிதாகச் செய்யவேண்டும் என்று புரிந்துகொண்டார்கள்.

'தூர்தர்ஷன் மெட்ரோ' சேனல் ஞாபகமிருக்கிறதா? பளபளப்பு நாடகங்கள், திரைப்படம் சார்ந்த நிகழ்ச்சிகள், பாடல்கள், கையால் கண்ணைக் குத்திக் குத்திக் கொஞ்சும் தொகுப்பாளினிகள் என, பொழுதுபோக்குக்கு முக்கியத்துவம் தந்த மெட்ரோவால் தூர்தர்ஷனின் முகமே மாறிப்போனது. இந்த மாற்றத்துக்கு முக்கியக் காரணம், ஜீ டிவியின் மெகா வெற்றிதான். ஜீ டிவியைத் தொடர்ந்து, சுபாஷ் சந்திரா அடுத்தடுத்த சேனல்களுக்கு முயன்றுகொண்டிருந்த அதே

நேரத்தில், இந்திய அரசு மொபைல் சேவை வழங்குவதற்கான இரண்டாவது ஏலத்தை அறிவித்தது. இதில் டெல்லி, பம்பாய், கல்கத்தா, சென்னை தவிர்த்த மற்ற முக்கிய நகரங்கள், மாநிலங்கள் இடம்பெற்றிருந்தன.

மீண்டும், சுபாஷ் சந்திராவுக்குள் ஒரு சின்னச் சலனம், தொலைக்காட்சியில் முன் அனுபவம் இல்லாதபோதும், அழுத்தமாகக் காலூன்றி ஜெயித்துவிட்டோம், அந்தத் தொலைபேசியை மட்டும் ஏன் விட்டுவைக்கவேண்டும்? கொஞ்சம் முயன்று பார்த்தால் என்ன?

இப்படிச் சற்றே தீவிரமாக யோசித்துக்கொண்டிருந்தவர், இந்தப் புதிய முயற்சியின் நல்லது, கெட்டது சாத்தியங்களை நிதானமாக எடைபோட்டுப் பார்த்தார், ஒருகட்டத்தில் தொலைக்காட்சி ஊடகத்தில் மட்டும் கவனம் செலுத்தலாம் என்று தீர்மானித்துவிட்டார்.

இதனால், ஜீ டிவியின் வளர்ச்சி, புதிய சேனல் முயற்சிகளுக்காக அவரால் அதிக நேரம் செலவிடமுடிந்தது. கொஞ்சம் கொஞ்சமாக, இந்தியத் தொலைக்காட்சிகளின் விளம்பர வருமானத்தில் கணிசமான ஒரு பகுதியைப் பெறத் தொடங்கியிருந்தது ஜீ டிவி.

பொதுவாக, நம் ஊரில் மட்டுமில்லை, உலகம் முழுவதும், புதிதாகத் தொழில் தொடங்கி முன்னேறுகிற எல்லோருக்கும், ஒன்றிரண்டு வருடங்களுக்குப் பிறகு ஒரு சின்னப் பிரச்னை தலைகாட்டும், அதே துறையில் இருக்கிற பெரிய, பன்னாட்டு நிறுவனங்கள், அவர்களுடைய புதுக் கம்பெனியைச் சுற்றி வளைத்து ஆக்கிரமிக்க முயற்சி செய்வார்கள்.

காரணம், இன்றைக்குச் சிறியதாக இருக்கிற ஒரு நிறுவனம், நன்கு செயல்படுவதுபோல் தெரிந்தால், வருங்காலத்தில் இன்னும் பெரிதாக வளரும் என்று தோன்றினால், இந்தப் பெரிய நிறுவனங்களுக்கு மூக்கில் வியர்த்துவிடும். இவர்கள் வளர்ந்து, நாளைக்கு நமக்கே போட்டியாக வருவதற்கு முன்னால், இப்போதே மலிவு விலையில் வாங்கிப் போட்டுவிடலாமே என்று யோசிப்பார்கள்.

உலகம் முழுவதும் பரந்து விரிந்திருக்கிற அந்தப் பெரிய நிறுவனங்களைப் பொறுத்தவரை, இது 'மலிவு விலை'தான். ஆனால், சிறு நிறுவன முதலாளிகள், தொழிலதிபர்களுக்கு அது அவர்களுடைய கற்பனையிலும் நினைக்காத அளவு பெரிய தொகையாக இருக்கும்.

உடனே, அவர்கள் மனத்தில் ஒரு சின்னச் சபலம் வரும், நினைத்ததுபோல், ஒரு நிறுவனத்தைப் பூஜ்ஜியத்திலிருந்து தொடங்கி ஜெயித்துவிட்டோம், எல்லாம் இந்தப் பணத்துக்காகத்தானே? இப்போது இவர்கள் தருகிற தொகையைப் பாக்கெட்டில் போட்டுக்கொண்டு, நிறுவனத்தை இவர்களிடமே விற்றுவிட்டால் என்ன தப்பு?

ஜீ டிவியின் பிரம்மாண்ட வளர்ச்சி, பிரமாதமான வருமானத்தைப் பார்த்து அசந்துபோன பெரிய வெளிநாட்டு நிறுவனங்கள் சில, சுபாஷ் சந்திராவிடமே நேரடியாகப் பேசியதாகச் சொல்கிறார்கள், எப்படியாவது ஜீ டிவியை அவரிடமிருந்து விலைக்கு வாங்கிவிடவேண்டும் என்று இவர்கள் முயற்சி செய்த தகவல், வெளியே கசிந்துவிட்டது.

ஒரு நிருபர், இந்த விஷயத்தை சுபாஷ் சந்திராவிடமே நேரடியாகக் கேட்டுவிட்டார், 'நீங்கள் ஜீ டிவியை யாரோ ஒரு வெளிநாட்டுக் கம்பெனிக்கு விற்றுவிடப்போவதாகச் சொல்கிறார்களே, அது உண்மையா?'

'சான்ஸே இல்லை' என்றார் சுபாஷ் சந்திரா, 'ஜீ டிவியைப் பொறுத்தவரை, யாரும் எங்களை விலை கொடுத்து வாங்கிவிட முடியாது'

அவர் என்னவோ மிகவும் நம்பிக்கையாகத்தான் பதில் சொன்னார், ஆனால் அதேசமயம், உலகின் இன்னொரு மூலையில், சுபாஷ் சந்திராவின் 'ஜீ' கனவுகளுக்கு வேட்டுவைக்கும் ஒரு பிஸினஸ் மாற்றம் நிகழ்ந்துகொண்டிருந்தது.

12. நீ பாதி, நான் பாதி

ரூபர்ட் முர்டாக் *(Rupert Murdoch)* என்ற பெயரை, பொதுமக்களில் பெரும்பாலானோர் கேள்விப்பட்டிருக்க வாய்ப்பு இல்லை.

ஆனால், மறைமுகமாக அவர்களை ஆட்டிப் படைக்கும் கண்ணுக்குத் தெரியாத ஒரு சக்தி, ரூபர்ட் முர்டாக். அநேகமாக உலக நாடுகள் எல்லாவற்றிலும், அவருடைய நேரடி / மறைமுக ஆதிக்கத்திலிருந்து தப்பியவர்கள், அதிகப் பேர் இல்லை.

உலகின் மீடியா சக்கரவர்த்தி என்றால், அது முர்டாக்தான். பல நாடுகளின் முக்கியச் செய்தித்தாள்கள், வானொலி, தொலைக்காட்சிகளைக் கட்டுப்படுத்துகிறவராக இயங்கிவரும் ரூபர்ட் முர்டாக்கின் 'நியூஸ் கார்ப்பரேஷன்' *(News Corporation)* சர்வதேச மீடியா சாம்ராஜ்யமாக வளர்ந்து நிற்கிறது.

1931ம் ஆண்டு ஆஸ்திரேலியாவில் பிறந்த ரூபர்ட் முர்டாக், ஒரு பத்திரிகையாளர், பதிப்பாளரின் மகன். ஆனால் ஏனோ, அவருடைய அப்பாவால் ரூபர்ட்டைத் தன்னுடைய வாரிசாக நினைக்கமுடியவில்லை, 'எனக்குப்பிறகு, இவனால் என்னுடைய செய்தித் தாள்கள் / பத்திரிகைகளை ஒழுங்காகக் கவனித்துக்கொள்ளமுடியுமா?' என்று சந்தேகப்பட்டிருக்கிறார் அவர்.

ஆனால், ஆசை யாரை விட்டது? தன்னுடைய உயிலில், ஆஸ்திரேலியாவில் தாம் நடத்திய இரண்டு செய்தித்தாள்களையும் தம் மகன் ரூபர்ட் முர்டாக் ஏற்று நடத்தவேண்டும் என்றுதான் குறிப்பிட்டிருந்தார் அவர்.

அப்போது, ரூபர்ட்டுக்கு வயது 21தான். அந்தச் சிறிய வயதில், இந்தத் துறையில் அதிக அனுபவம் இல்லாமலேயே, இரண்டு பத்திரிகைகளை ஏற்று நடத்தவேண்டிய கட்டாயத்துக்குத் தள்ளப்பட்டார் ரூபர்ட் முர்டாக்.

இப்படி ஒரு பையனைச் சின்ன வயதிலேயே தண்ணீரில் தூக்கிப் போட்டால், அவன் அடித்துப் பிடித்து நீச்சல் பழகிக்கொள்வான். முர்டாக் விஷயத்திலும் அதுதான் நடந்தது, ஒரு பத்திரிகையை விற்கவேண்டுமென்றால், என்னமாதிரியான விஷயங்களைத் தரவேண்டும், எப்படித் தரவேண்டும் என்று மெல்லப் புரிந்துகொள்ள ஆரம்பித்தார் அவர்.

பரபரப்பூட்டும் தலைப்புகள், வாசிப்பவர்களை அசட்டுப் புன்னகையுடன் திரும்பத் திரும்பப் படிக்கச் செய்யும் கிளுகிளுப்பு சமாசாரங்கள், கவர்ச்சிப் புகைப்படங்கள், இதுதான் ரூபர்ட் முர்டாக்கின் வெற்றி ஃபார்முலா. இந்தச் சூத்திரத்தை, அவரால் உலகம்முழுவதும் செயல்படுத்தி வெற்றியடையச் செய்ய முடிந்தது.

ஆஸ்திரேலியாவில் தொடங்கி, அடுத்தடுத்து பல நாடுகளில் தனது பிஸினஸ் சாம்ராஜ்யத்தை வளர்த்த முர்டாக், நஷ்டத்தில் மூழ்கிப்போகும் நிலைமையில் இருக்கும் பத்திரிகைகளைத் தேர்ந்தெடுத்து, அடிமாட்டு விலையில் வாங்கினார். பிறகு அவற்றில் தனது 'முர்டாக் ஃபார்முலா'வுக்கு ஏற்ப பல மாற்றங்களைச் செய்து ஜெயித்துக் காட்டினார்.

இப்படி ஒருமுறை, இரண்டுமுறை அல்ல, பலமுறை தொடர்ந்து வெற்றி பெற்றிருக்கிறார் முர்டாக். பத்திரிகை, செய்தித்தாள்களில் மட்டுமில்லை, வானொலி, தொலைக்காட்சி ஊடகங்களிலும்கூட, குறிப்பிடத்தக்க வெற்றிகளைச் சம்பாதித்துக்கொண்டார் அவர். ஒருகட்டத்தில், உலக வெகுஜன ஊடகங்களில் பெரும்பகுதி, அவருடைய கட்டுப்பாட்டில் வந்துவிட்டது.

முர்டாக்கிற்கு அதுவும் போதவில்லை, அடுத்து என்ன? எங்கே? என்று கையில் அட்லாஸை வைத்துக்கொண்டு புதுத் திட்டங்களை வகுத்துக்கொண்டிருந்தார்.

மேற்கத்திய நாடுகளை ஜெயித்தபிறகு, ரூபர்ட் முர்டாக்கின் பார்வை ஆசியாக் கண்டத்தின்மீது விழுந்தது. முக்கியமாக சீனா.

உலகிலேயே அதிக மக்கள் தொகை கொண்ட தேசம் சீனாதான். அங்கே ஏகப்பட்ட வாசகர்கள், தொலைக்காட்சிப் பார்வையாளர்கள் இருக்கிறார்கள், நியூஸ் கார்ப்பரேஷன் அங்கே கால் பதித்தால், கணிசமாகச் சம்பாதித்துவிடலாம் என்று கணக்குப் போட்டார் ரூபர்ட் முர்டாக்.

இதற்காக, அந்த வட்டாரத்திலேயே பெரிய ஆள் யார் என்று விசாரித்தார் ரூபர்ட் முர்டாக். ஆசியாவில் புதிதாக ஒரு நிறுவனத்தைத் தொடங்கி முன்னேற்றுவதைவிட, இதில் யார் மார்க்கெட் லீடரோ அவர்களை விலைக்கு வாங்கிப் போட்டுவிடலாம் என்பது அவருடைய திட்டம்.

அப்போது, ஆசியாவில் குறிப்பிடத்தக்க மீடியா நிறுவனம் என்று பார்த்தால், 'ஸ்டார்'தான். உடனடியாக, அதனை விலைக்கு வாங்குவதற்கான பேச்சுவார்த்தைகளில் இறங்கினார் ரூபர்ட் முர்டாக்.

'ஸ்டார்' நிறுவனத்தின் செயல் தலைவர் ரிச்சர்ட் லீ, அவருடைய தந்தை லி கா-ஷிங் இருவருமே, 'பக்கா' பிஸினஸ் வித்தகர்கள், இரண்டு ஆண்டுகளுக்குமுன், ஸ்டார் நிறுவனத்தில் தாங்கள் செய்த முதலீடு இப்போது பலமடங்காகத் திரும்பி வருகிறது என்பதால், அவர்கள் தங்களுடைய பங்குகளை ரூபர்ட் முர்டாக்கிற்கு விற்கச் சம்மதித்துவிட்டார்கள்.

அநியாய விலைதான். ஆனால், ரூபர்ட் முர்டாக்கிற்கு வேறு வழி இல்லை. அவர் சீனாவை ஜெயிக்கவேண்டுமென்றால், ஆசியாவில் காலூன்றவேண்டும், அதற்கு ஸ்டார் ஓர் அவசியத் தேவை. ஜூலை 1993ல் கொஞ்சம், 1995ல் மிச்சம் என்று ஸ்டார் நிறுவனத்தை மொத்தமாக வாங்கிவிட்டார் ரூபர்ட் முர்டாக். அந்நிறுவனத்தின் சேனல்கள், சாடிலைட் டிரான்ஸ்பாண்டர்கள்

என்று சகலமும் அவருடைய கட்டுப்பாட்டில் வந்துவிட்டன.

சுபாஷ் சந்திராவின் வாழ்க்கை வரலாறில், நாம் ரூபர்ட் முர்டாக்பற்றி இத்தனை பக்கங்கள் விரிவாகப் பேசுவதன் அவசியம், இப்போது புரிந்திருக்கும். 1993ம் ஆண்டுக்குப்பிறகு, இந்த இரண்டு மீடியா புள்ளிகளின் வாழ்க்கையையும் நாம் பிரித்துப் பார்க்கவே முடியாது.

இனிமேல், ஸ்டார் நிறுவனத்தில் ரிச்சர்ட் லீ இல்லை, சுபாஷ் சந்திரா நேரடியாக ரூபர்ட் முர்டாக்குடன் இணைந்து பணியாற்றவேண்டியிருக்கும்.

பிரச்னை என்னவென்றால், ரூபர்ட் முர்டாக்கிற்குப் பார்ட்னர்கள் என்றாலே அலர்ஜி, அவருக்கு எப்போதும் தனிக்காட்டு ராஜாவாக வேலை செய்துதான் பழக்கம்.

அதேபோல், தான் எந்தத் துறையில் ஈடுபட்டாலும், பெரிய அளவில் ஜெயிக்கவேண்டும், 'நம்பர் 1' நிலையிலிருந்து கொஞ்சமும் கீழே இறங்கக்கூடாது என்கிற வெறி, ரூபர்ட் முர்டாக்கிடம் உண்டு. இதனால், 'ஸ்டார் டிவி' இருக்கும்போது பக்கத்தில் 'ஜீ டிவி'தான் சூப்பர் ஸ்டார் என்பதை அவரால் ஜீரணித்துக்கொள்ளவேமுடியாது.

நல்லவேளையாக, ஆரம்பத்தில் ரூபர்ட் முர்டாக் சுபாஷ் சந்திராவை ஒரு பெரிய போட்டியாக நினைக்கவில்லை. அவருடைய கவனமெல்லாம், சீனாமீது குவிந்திருந்த காரணத்தால், இந்தியாவைக் கண்டுகொள்ளவில்லை.

ஆனால், அவர் நினைத்ததுபோல், சீனாவில் மீடியா நிறுவனங்கள் அத்தனை பெரிய ஆதிக்கத்தை உருவாக்கமுடியவில்லை, அதுவும், வெளிநாட்டினரின் கட்டுப்பாட்டில் இயங்கும் நிறுவனங்கள் என்றால், அந்நாட்டின் கம்யூனிஸ்ட் அரசு கதவுகளை இறுகச் சாத்திவிட்டது.

ரூபர்ட் முர்டாக்கிற்குச் சீனாவின் ஊடகச் சந்தை வேண்டும். ஆனால் அதேசமயம், அங்கே இருக்கும் கட்டுப்பாடுகள், அவரைச் சுதந்திரமாகச் செயல்படவிடாமல் தடுத்துக்கொண்டிருந்தன. இந்த நேரத்தில்தான், அவருடைய பார்வை இந்தியாமீது விழுந்தது. இதற்குக் காரணம், சுபாஷ் சந்திராவின் ஜீ டிவி!

அப்போது, ஸ்டார் நிறுவனத்தின் கட்டுப்பாட்டில் இருந்த சாடிலைட் டிரான்ஸ்பாண்டர்களில், முழுக்க முழுக்க ஸ்டார் சேனல்கள்தான் ஒளிபரப்பாகிக்கொண்டிருந்தன. ஜீ டிவிமட்டும்தான், ஒரே ஒரு விதிவிலக்கு.

ஆனால் அதேசமயம், அத்தனை சேனல்களிலும் மிகப் பிரபலமானது, அதிக மக்களைச் சென்றடைவது, கூடுதல் லாபம் தருவது எது என்று பார்த்தால், ஜீ டிவிதான்!

ஒரு சின்ன கணக்குப் பாருங்கள், 1992ம் ஆண்டு இறுதியில், ஸ்டார் நிறுவனம் தனது சாடிலைட் டிரான்ஸ்பாண்டர்களின் வழியாக, மொத்தம் பதின்மூன்று லட்சம் வீடுகளைச் சென்று சேர்ந்துகொண்டிருந்தது.

அப்போதுதான், ஜீ டிவி ஸ்டார் நிறுவனத்துடன் ஒப்பந்தம் செய்துகொண்டு, அவர்களுடைய சாடிலைட்டைப் பயன்படுத்த ஆரம்பித்தது. அதன்பிறகு, மளமளவென்று அவர்களுடைய வாடிக்கையாளர் எண்ணிக்கை பெருகியது. அடுத்த ஒரே வருடத்தில், ஜீ டிவியைப் பார்க்கும் வீடுகளின் எண்ணிக்கை மட்டும் எழுபது லட்சம்!

பதின்மூன்று லட்சம் எங்கே, எழுபது லட்சம் எங்கே? ஜீ டிவியின் இந்தப் பிரம்மாண்டமான வளர்ச்சியால், ஸ்டார் நிறுவனத்தைவிட, சுபாஷ் சந்திராவுக்குதான் அதிக லாபம்.

இங்கேதான் ரூபர்ட் முர்டாக் லேசாக முகம் சுளிக்கத் தொடங்கினார், யாரோ ஒரு மனிதர், இந்தியாவிலிருந்து என்னுடைய சாடிலைட் ஒளிபரப்பிகளைப் பயன்படுத்திக் கொண்டிருக்கிறார், ஆனால் அவர், என்னைவிட அதிகம் சம்பாதிக்கிறார் என்றால், அது என்ன அநியாயம்?

சுபாஷ் சந்திரா, ரூபர்ட் முர்டாக் இடையே விழுந்த முதல் விரிசல் இது. நாம் இந்தப் பிரச்னையை முழுமையாகப் புரிந்து கொள்ளவேண்டுமானால், இதனை ஸ்டார் நிறுவனத்தின் கோணத்திலிருந்து பார்க்கவேண்டும்.

நீங்கள் ஒரு பெரிய ஹோட்டல் திறந்திருக்கிறீர்கள். இந்திய, சீன, மற்ற தேச உணவு வகைகளையெல்லாம் பரிமாறிக்கொண்டிருக்கிறீர்கள்.

அப்போது, புதிதாக ஒருவர் வருகிறார், 'உங்கள் கடையின் ஓரத்தில், நான் ஒரு பீடாக்கடை அமைத்துக்கொள்கிறேன், வேண்டிய வாடகை கொடுத்துவிடுகிறேன்' என்று சொல்கிறார்.

நமக்கென்ன? வாடகை வருகிறது, 'தாராளமாகக் கடை போடுங்கள்' என்று அவருக்கு அனுமதி கொடுத்துவிடுகிறோம்.

அவருடைய கடை, சின்ன அளவில் திறக்கிறது. ஆனால், அவர் போடும் பீடா, மிகப் பிரமாதமானது, அந்த வட்டாரத்தில் யாரிடமும் அப்படி ஒரு பீடா இல்லை.

இதனால், மக்கள் பீடாக் கடையைத் தேடி வருகிறார்கள், உங்களுடைய தோசை, பூரி, இட்லி, கோபி மஞ்சூரியனைவிட, அவருடைய பீடா நன்றாக விற்கிறது, பிரமாதமான லாபம்.

இப்போது, உங்களுக்குக் கோபம் வருமா வராதா? என் இடத்தில் கடை போட்டுக்கொண்டு, என்னைவிடப் பெரிதாக வளர்கிறானே இந்த ஆள் என்று எரிச்சல்படுவீர்கள்தானே?

ரூபர்ட் முர்டாக்கிற்கும் அதே கோபம்தான். ஸ்டார் சாடிலைட்டைப் பயன்படுத்திக்கொண்டு, ஜீ டிவி, ஸ்டார் டிவியைவிடப் பெரிதாக வளர்வது அவருக்குப் பிடிக்கவில்லை.

அப்போதுதான், அவர் இந்திய மார்க்கெட்டைப்பற்றித் தீவிரமாக விசாரிக்க ஆரம்பித்தார், என்னமாதிரியான நாடு அது? சீனாபோல் கட்டுப்பாடுகள் உண்டா? அல்லது திறந்த பொருளாதாரமா? நாம் அங்கே கால் பதித்தால், ஜீ டிவியை வீழ்த்திவிட்டு முன்னேறிவிடலாமா?

1991ம் ஆண்டு தொடங்கி, இந்தியாவில் பல புதிய பொருளாதாரக் கொள்கைகள் அமலாகியிருந்தன. இதன்மூலம், பலதுறைகளில் வெளிநாட்டு நிறுவனங்கள் இங்கே முதலீடு செய்வது சாத்தியமாகியிருந்தது.

தவிர, இந்தியர்களின் பொழுதுபோக்கு ஆர்வம் மிக அதிகம். குறிப்பாக, 'மிடில் க்ளாஸ்' எனப்படும் மத்யமர் குடும்பங்கள், தங்களுடைய பொழுதுபோக்குத் தேவைகளுக்குப் பெரும்பாலும் தொலைக்காட்சியையே சார்ந்திருக்கிறார்கள்.

இதனால், இந்தியத் தொழில் நிறுவனங்கள், தங்களுடைய

தயாரிப்புகள், சேவைகளைத் தொலைக்காட்சியில் விளம்பரம் செய்ய அதிக ஆர்வம் காட்டுகிறார்கள். வருடம்தோறும், தொலைக்காட்சி விளம்பரங்களுக்காகப் பல கோடி ரூபாய் செலவிடப்படுகிறது.

இத்தனைக்கும், இந்தியாவின் தொலைக்காட்சி விளம்பரச் சந்தை இப்போது மிகச் சிறிய அளவுதான் வளர்ந்திருக்கிறது. வருங்காலத்தில் தொலைக்காட்சிப் பெட்டிகளின் விலை குறையும், சேனல்களின் எண்ணிக்கை அதிகரிக்கும், மக்களின் வாங்கும் திறன் கூடும், அப்போது, இந்தச் சந்தை இன்னும் பலமடங்கு பெரிதாகப்போகிறது.

இதையெல்லா கூட்டிக் கழித்துப் பார்த்தால், ரூபர்ட் முர்டாக்கிற்கு ஒரு விஷயம் புரிந்தது, இந்தியா ஒரு தங்கச் சுரங்கம்!

சீனா ஒருபக்கம் இருக்கட்டும், இப்போது நாம் இந்தியாவை மையமாகக் கொண்டு இயங்கவேண்டும் என்று முடிவு செய்தார் ரூபர்ட் முர்டாக், அதற்கேற்பக் காய்களை நகர்த்தத் தொடங்கினார்.

இப்போது, சுபாஷ் சந்திராவுக்கும் ரூபர்ட் முர்டாக்கிற்கும் முட்டிக்கொண்டது. ரூபர்ட் முர்டாக் இந்தியாவில் தனது தொலைக்காட்சி சேனலைப் பெரிய அளவு வளர்க்க விரும்புகிறார், அவருடைய முன்னேற்றத்துக்கு, ஏற்கெனவே இந்தச் சந்தையில் காலூன்றிவிட்ட ஜீ டிவி பெரிய தடையாக இருக்கும். இதனால், ரூபர்ட் முர்டாக் ஜீ டிவியைத் தனது சாடிலைட் நெட்வொர்க்கிலிருந்து கழற்றிவிடப்போகிறார் என்று ஊர் முழுவதும் வதந்தி பரவியது. சுபாஷ் சந்திராவை வெளியேற்றிவிட்டு, ஸ்டார் நிறுவனமே ஒரு புதிய ஹிந்தி பொழுதுபோக்கு சேனலைத் தொடங்கும் என்றும் பேசிக்கொண்டார்கள்.

உண்மையில், முர்டாக் நினைத்திருந்தாலும், ஜீ டிவியை அத்தனை சுலபத்தில் அவரால் வெளியேற்றியிருக்கமுடியாது. காரணம், ஜீ டிவி - ஸ்டார் இரண்டுமே, அப்போது ஒன்றை ஒன்று சார்ந்திருந்தன. இதில் யார் முரண்டுபிடித்தாலும், இருவருக்குமே நஷ்டம்தான்.

ஆனால், ரூபர்ட் முர்டாக் அதிரடி மன்னர், எந்த நேரத்தில் என்ன செய்வாரோ தெரியாது. ஆகவே, சுபாஷ் சந்திரா எதற்கும் தயாராக இருக்கவேண்டியிருந்தது.

ஒருவேளை, முர்டாக் வேண்டுமென்றே முரண்டு பிடித்து, ஜீ டிவியை வெளியேற்றிவிட்டால், அந்தச் சேனலின் நிலைமை என்ன ஆகும்?

கொஞ்சம் கஷ்டம்தான். ஆனால் அதற்கும், சுபாஷ் சந்திரா ஒரு வழி யோசித்திருந்தார்.

'ஸ்டார் நிறுவனத்தின் சாடிலைட் இல்லாவிட்டால் போகிறது, வேறு ஒரு சாடிலைட்டைத் தேர்ந்தெடுப்போம், அதன்வழியே நம்முடைய நிகழ்ச்சிகளைத் தொடர்ந்து ஒளிபரப்புவோம்' என்றார் அவர்.

ஆனால், இந்த மாற்றத்தை மக்கள் ஏற்றுக்கொள்வார்களா?

'நிச்சயமாக ஏற்றுக்கொள்வார்கள்' என்று அடித்துச் சொன்னார் சுபாஷ் சந்திரா, 'அவர்களுக்கு ஜீ டிவி பிடித்துப்போய்விட்டது, அது எந்த சாடிலைட்டில் வருகிறது என்பதைப்பற்றியெல்லாம் மக்கள் கவலைப்படமாட்டார்கள், இனிமேல் இந்த சாடிலைட்டுக்குப் பதில் நாங்கள் வேறொரு சாடிலைட்டைப் பயன்படுத்துகிறோம் என்று அறிவித்துவிட்டால் போதும், அந்தத் திசையில் அவர்களும் திரும்பிக்கொள்வார்கள்.'

சுபாஷ் சந்திரா இப்படி உறுதியாகச் சொன்னபோதும், மற்ற முதலீட்டாளர்கள் சற்றே பயத்துடன்தான் இருந்தார்கள். ரூபர்ட் முர்டாக்கைப் பகைத்துக்கொண்டு நம்மால் நிச்சயமாக இந்த பிஸினஸில் தொடர்ந்து ஜெயிக்கமுடியாது என்று அவர்களுக்குத் தோன்றியது.

ரூபர்ட் முர்டாக், அவருடைய நியூஸ் கார்ப்பரேஷனின் பலத்துடன் ஒப்பிட்டால், ஜீ டிவி ஒரு சின்னத் தூசு. அப்படியே நசுக்கி எறிந்துவிடுவார் மனிதர்.

ஆகவே, அநாவசிய வம்பு வேண்டாம், முர்டாக்குடன் சமாதானமாகப் போகலாம் என்று மற்ற முதலீட்டாளர்கள் சுபாஷ் சந்திராவை வற்புறுத்தினார்கள்.

வேறு வழியில்லாமல், அரைமனதாக அவர்களுடைய கோரிக்கையை ஏற்றுக்கொண்டார் சுபாஷ் சந்திரா. ஸ்டார் - ஜீ டிவி இரண்டும் இணைந்து செயல்படுவதாக ஒப்பந்தம் தயாரானது.

இந்த விஷயம் கேள்விப்பட்டதும், பலருக்கு ஆச்சர்யம். ரூபர்ட் முர்டாக் மற்றவர்களுடன் கூட்டுச் சேர்கிற ஜாதி இல்லையே! எதிலும் நான் வைத்ததுதான் சட்டம் என்று முறைத்துக்கொண்டு நிற்கிற அவர், எப்படி சுபாஷ் சந்திராவுடன் இணைந்து செயல்படுவார்?

உண்மையில், ஜீ டிவி பற்றிக் கேள்விப்பட்டதுமே, அதை மொத்தமாக வாங்கிப் போட்டுவிடலாம் என்றுதான் ரூபர்ட் முர்டாக் நினைத்தார். அதற்காக எத்தனை ரூபாய் செலவழிக்கவும் அவர் தயாராக இருந்தார்.

எதையும், யாரையும் பணத்தால் அடிப்பதுதான் முர்டாக்கின் ஸ்டைல். அவர் எந்த ஒரு நிறுவனத்தை வாங்க விரும்பினாலும், அவர்கள் எதிர்பார்ப்பதைவிடச் சிலமடங்கு அதிகமாகப் பணத்தை அள்ளி வீசுவார், எதிர்த்தரப்பினர் மயங்கிப் படிந்துவிடுவார்கள்.

ஜீ டிவியையும், அப்படி விலைக்கு வாங்கிவிடலாம் என்றுதான் முயன்றார் முர்டாக். ஆனால், சுபாஷ் சந்திராவிடம் அவருடைய பாச்சா பலிக்கவில்லை.

'நியூஸ் கார்ப்பரேஷனும் ரூபர்ட் முர்டாக்கும் எத்தனை பெரிய ஆளாக வேண்டுமானாலும் இருக்கட்டும், எனக்கு என் பிஸினஸ் முக்கியம், அதை யாரிடமும் விற்கமாட்டேன், ஜீ டெலிஃப்லிம்ஸ், எப்போதும் என்னுடைய கட்டுப்பாட்டில்தான் இருக்கும்.'

இப்படி சுபாஷ் சந்திரா உறுதியாகச் சொன்னபோதும், தன்னுடைய மற்ற முதலீட்டாளர்களை அவரால் கட்டுப்படுத்த முடியவில்லை. அவர்கள் ரூபர்ட் முர்டாக்கிற்குத் தங்களுடைய பங்குகளை விற்கத் தயாராகிவிட்டார்கள்.

இதனால், ஜீ டெலிஃப்லிம்ஸ் நிறுவனத்தின் 49.9% பங்குகள், ரூபர்ட் முர்டாக்கிற்குக் கிடைத்தன. மிச்சமிருக்கும் 50.1% பங்குகள்,

சுபாஷ் சந்திராவினுடையவை. 49.9க்கும் 50.1க்கும் இடையே இருப்பது, வெறும் 0.2% வித்தியாசம்தான். ஆனால் அதன்மூலம், தான் விரும்பியதுபோலவே ஜீ டெலிஃப்லிம்ஸ் நிறுவனத்தைத் தன்னுடைய கட்டுப்பாட்டில் வைத்துக்கொண்டார் சுபாஷ் சந்திரா.

இந்த விற்பனையைத் தொடர்ந்து, ஸ்டார் மற்றும் ஜீ நிறுவனங்கள் கிட்டத்தட்ட 'சகோதர' நிறுவனங்களைப்போல் மாறிவிட்டன, 'இனிமேல், என் பிஸினஸில் நீ குறுக்கிடக்கூடாது, உன் எல்லைக்குள் நான் வரமாட்டேன்' என்று ஓர் ஒப்பந்தம் செய்துகொண்டார்கள்.

இதன்படி, ஹிந்தி, இந்திய மொழி சேனல்கள் அனைத்தும், ஜீ / சுபாஷ் சந்திராவுக்கு, ஆங்கில மொழி சேனல்கள் ஸ்டார் / ரூபர்ட் முர்டாக்கிற்கு என்று இருக்கிற அப்பத்தை இருவரும் சமமாகப் பகிர்ந்துகொண்டார்கள்.

ஒருவழியாக, ஜீ டிவியின் தலைக்கு வந்த கண்டம் விலகியது என்று சுபாஷ் சந்திரா நிம்மதிப் பெருமூச்சு விட்டார். இந்த ஒப்பந்தத்தின் மூலம், ஸ்டார் நிறுவனத்தின் தொலைக்காட்சிகள் ஜீயின் வருமானத்தைப் பாதிக்காதபடி வேலி போட்டாகிவிட்டது. இனிமேல், எந்தக் கவலையும் இல்லாமல் புதிய சேனல்களைப்பற்றி யோசிக்கலாம்.

ஆனால், சுபாஷ் சந்திரா யோசிக்க மறந்த ஒரு விஷயம், ரூபர்ட் முர்டாக் என்கிற சிங்கத்தை, இதுபோல் சின்னச் சங்கிலியால் கட்டிப்போடமுடியுமா? அது எந்த நேரத்தில் சங்கிலியை அறுத்துக்கொண்டு மேலே பாய்ந்து குரல்வளையைப் பிடுங்குமோ, யாருக்குத் தெரியும்?

13. நீயா, நானா

ஒரு தொழிலில், இரண்டு பேர் கூட்டாளிகளாக இருந்தால், அவர்கள் இருவருக்கும் கிட்டத்தட்ட சம அளவு லாபம் வரவேண்டும், அதுதான், கூட்டணி பிஸினஸின் எழுதப்படாத விதி.

அப்படியில்லாமல், அந்த நிறுவனங்களில் ஏதேனும் ஒன்று, நல்ல லாபம் பார்க்கிறது, இன்னொன்று, சுமாராகவே இயங்குகிறது என்றால், அந்தச் சுமார் பார்ட்டிக்கு, இன்னொரு நிறுவனத்தின்மீது பொறாமை வரும், நம்மை ஏமாற்றிவிட்டு இவர்கள் முன்னேறுகிறார்களோ என்று சந்தேகம் வரும், அதன்பிறகு, அந்தக் கூட்டணி உடைவது சர்வ நிச்சயம்.

ஜீ - ஸ்டார் கூட்டணி, ஆரம்பத்தில் ஒழுங்காகத்தான் இயங்கிக் கொண்டிருந்தது. ரூபர்ட் முர்டாக் எந்த வம்பும் செய்யாமல் சுபாஷ் சந்திராவைச் சுதந்திரமாகச் செயல்பட அனுமதித்தார்.

ஆனால், ஒன்றிரண்டு மாதங்கள் கழித்து வரவு செலவுக் கணக்குப் பார்த்தபோது, அவருக்கு எங்கேயோ உதைத்தது. ஜீ டிவிமட்டும் தொடர்ந்து முன்னேறிக்கொண்டிருக்கிறது, நல்ல லாபம் சம்பாதிக்கிறது. அதோடு ஒப்பிடும்போது, ஸ்டாரிடம் நான்கைந்து சேனல்கள் இருந்து என்ன பிரயோஜனம்? லாபத்தைக் காணோமே!

அதுமட்டுமில்லை, ஜீ டிவியில் சுபாஷ் சந்திராவுக்கும் ரூபர்ட் முர்டாக்கிற்கும் கிட்டத்தட்ட சம அளவு பங்குகள் இருக்கின்றன. ஆனால், அதற்காகத் தான் செலவழித்த முதலீட்டுக்கு நல்ல பலன் *(Return On Investment)* திரும்பக் கிடைக்கவில்லை என்று நினைத்தார் ரூபர்ட் முர்டாக்.

இப்படிப் பல காரணங்களால், கொஞ்சம் கொஞ்சமாக அவருடைய பொறுமை குறைந்துகொண்டிருந்தது. ஜீ டிவியை என்ன செய்யலாம் என்று வில்லத்தனமாக யோசிக்க ஆரம்பித்திருந்தார்.

அதே நேரம், வெளியே சுபாஷ் சந்திரா - ரூபர்ட் முர்டாக் கூட்டணிபற்றிப் பலர் வேறுவிதமாகப் பேச ஆரம்பித்திருந்தார்கள்.

அடிப்படையில், ரூபர்ட் முர்டாக், யாருடனும் சேர்ந்து செயல்பட விரும்பாதவர். ஆனால், ஜீ டிவி விஷயத்தில் அவரால் எதுவும் செய்யமுடியவில்லை. வேறு வழியே இல்லாமல்தான், சுபாஷ் சந்திராவை அதன் தலைவராக உட்காரவைத்திருந்தார்.

ஆகவே, சுபாஷ் சந்திரா வெறும் பொம்மைதான், திரைமறைவில், அவருடைய ரிமோட் கன்ட்ரோல் ரூபர்ட் முர்டாக் கையில்தான் இருக்கிறது என்று பலர் பேசத் தொடங்கினார்கள்.

இந்த வதந்தியை, சுபாஷ் சந்திரா உடனடியாக மறுத்தார், 'ஜீ டிவி முழுக்க முழுக்க எனது கட்டுப்பாட்டில்தான் இயங்கிக் கொண்டிருக்கிறது, இதன் செயல்பாடுகளில் ரூபர்ட் முர்டாக், மற்ற ஸ்டார் நிறுவனத் தலைவர்களின் குறுக்கீடு கொஞ்சமும் இல்லை' என்று உறுதியாகக் குறிப்பிட்டார் அவர்.

உண்மையும் அதுதான். ரூபர்ட் முர்டாக் கதைக்குள் நுழைவதற்கு முன்னாலும் சரி, பின்னாலும் சரி, ஜீ டிவி முழுக்க முழுக்க சுபாஷ் சந்திராவின் வழிகாட்டுதலில்தான் இயங்கிக்கொண்டிருந்தது.

அதே நேரத்தில், ஸ்டார் நெட்வொர்க்கின் வெளிநாட்டு நிகழ்ச்சிகளும், மக்களிடையே நன்கு பிரபலமாகியிருந்தன. ஸ்டார் ப்ளஸ், ப்ரைம் ஸ்போர்ட்ஸ், பிபிசி, எம் டிவி போன்ற அதன் சேனல்களில் ஒளிபரப்பான நிகழ்ச்சிகளை, அதன்

மேற்கத்திய வாசனையைக்கூடப் பொருட்படுத்தாமல், இந்தியப் பார்வையாளர்கள் ரசித்தார்கள்.

நம்மவர்களுக்கு, எப்போதும் அன்னியத் தயாரிப்புகள் என்றால், கொஞ்சம் மோகம் அதிகம்தான். ஆனால் அதேசமயம், அவர்களுக்கு லோக்கல் சமாசாரங்களைச் சரியானபடி பொட்டலம் கட்டிக் கொடுத்தால், இன்னும் பிரமாதமான வரவேற்பு கிடைக்கும். இதை, சுபாஷ் சந்திரா சரியாகப் புரிந்துகொண்டிருந்தார்.

இதனால், ஜீ டிவியின் முயற்சிகளுக்குத் தொடர்ந்து ரசிகர்களின் ஆதரவு இருந்துவந்தது. விளம்பரதாரர்களும் அவர்களைத்தான் சென்று மொய்த்தார்கள், ரூபர்ட் முர்டாக்கின் கண், காதில் புகை.

1995ம் ஆண்டு, ஜீ நெட்வொர்க்கில் மேலும் இரண்டு சேனல்கள் இணைந்தன, செய்திகளுக்காக 'ஜீ நியூஸ்' (Zee News), திரைப்படம் சார்ந்த நிகழ்ச்சிகளுக்காக 'ஜீ சினிமா' (Zee Cinema) என இரு புதிய சேனல்களை அறிமுகப்படுத்தினார் சுபாஷ் சந்திரா.

இதைத் தொடர்ந்து, ஜீ குழுமத்தின் விளம்பர வருமானம் இன்னும் அதிகரித்தது. உள்நாட்டில் பாதி, வெளிநாட்டில் மீதி எனப் பிரமாதமாகச் சம்பாதிக்கத் தொடங்கியது அந்நிறுவனம்.

ஜீ வரிசை சேனல்களுடன், 'சிடிகேபிள்' (CityCable) என்ற பெயரில் ஒரு புதிய நிறுவனத்தையும் தொடங்கினார் சுபாஷ் சந்திரா. இந்த நெட்வொர்க், சாடிலைட் சேனல் நிகழ்ச்சிகளை இந்தியா முழுவதும் உள்ள மக்களின் வீடுகளுக்குச் சென்று சேர்த்தது.

அதாவது, ஜீ நிறுவனம் தனது சேனல்களை நாடெங்கும் உள்ள கேபிள் டிவி ஆபரேட்டர்களுக்கு நேரடியாக வழங்கும், அவர்கள் அதனைக் கேபிள்மூலம் வீடுகளுக்குக் கொண்டுசென்று, மாத வாடகை பெற்றுக்கொள்வார்கள்.

இந்த முறையில், ஏகப்பட்ட கோளாறுகள் இருப்பது பின்னால்தான் தெரியவந்தது. ஆனால் அப்போதைக்கு, இதுதான் சரியானது என்று சுபாஷ் சந்திராவுக்குத் தோன்றியதால், தைரியமாகக் களத்தில் இறங்கிவிட்டார்.

வேடிக்கை என்னவென்றால், சுபாஷ் சந்திரா 'சிடிகேபிள்' நிறுவனத்தைத் தோற்றுவித்தார் என்கிற ஒரே காரணத்தால், வேறு பல பெரிய நிறுவனங்களும் இந்தத் தொழிலில் குதித்தார்கள். ஏனெனில், சுபாஷ் சந்திரா காரணமில்லாமல் எதையும் செய்யமாட்டார் என்பதில் அவர்களுக்கு இருந்த நம்பிக்கைதான்.

மிகக் குறுகிய காலகட்டத்துக்குள், சுபாஷ் சந்திராவின் கேபிள் டிவி நெட்வொர்க் நாடுமுழுவதும் பிரபலமானது. இதன்மூலம், தனது ஜீ வரிசை சேனல்களைச் சிறப்பாக மக்களிடம் கொண்டு சேர்க்கவும், அவர்களுடைய நிறை, குறைகளைக் கேட்டுக்கொண்டு, உரிய மாற்றங்களை விரைவில் செய்யவும் அவரால் முடிந்தது.

1996ம் ஆண்டு, 'சிடிசேனல்' (CityChannel) என்ற பெயரில், ஓர் உள்ளூர் கேபிள் டிவி சேனலைத் தொடங்கினார் சுபாஷ் சந்திரா. இதுவும், பலரால் உடனடியாகக் காப்பியடிக்கப்பட்டது.

சுபாஷ் சந்திராவின் பிஸினஸ் வாழ்க்கைமுழுவதும், அவர் இதுபோன்ற 'காப்பி'யாளர்களை அடிக்கடி சந்திக்கவேண்டியிருந்தது. புதுத் தொழிலானாலும் சரி, ஜீ டிவியில் வரும் லேட்டஸ்ட் நிகழ்ச்சியானாலும் சரி, உடனுக்குடன் ஈயடிச்சான் காப்பியடிக்கப் பல போட்டியாளர்கள் தயாராக இருந்தார்கள்.

உண்மையில், சுபாஷ் சந்திராவின் டீம் இதை ஒரு பெரிய பிரச்னையாகவே நினைக்கவில்லை, எத்தனை 'காப்பி'கள் வந்தாலும், கடைசியில் ஒரிஜினல்தான் நிலைத்துநிற்கும் என்று உறுதியாக நம்பிய அவர்கள், தொடர்ந்து புதுமையான யோசனைகளைத் தேடிப் பிடித்துச் செயல்படுத்திக் கொண்டிருந்தார்கள். அதேசமயம், இன்னொருபக்கம் ரூபர்ட் முர்டாக் செம கடுப்பில் இருந்தார், தன்னுடைய சொந்த சேனல்களை ஓரங்கட்டிவிட்டு, சுபாஷ் சந்திரா அதிவேகமாக முன்னேறுவது அவருக்குக் கொஞ்சம்கூடப் பிடிக்கவில்லை.

அவர் முடிவு செய்துவிட்டார், 'ஜீ டிவியை அடிக்கவேண்டும், அதற்கு எத்தனை வருடமானாலும் சரி, எத்தனை கோடி செலவானாலும் சரி.'

ஆனால், ஜீ - ஸ்டார் இடையே கையெழுத்தாகியிருந்த ஒப்பந்தத்தின்படி, ஸ்டார் நிறுவனம் ஜீ டிவிக்குப் போட்டியாக வரமுடியாது. ஜீக்கு நேரடியாகச் சம்பந்தமில்லாத ஆங்கில நிகழ்ச்சிகளைமட்டும்தான் அவர்கள் ஒளிபரப்பலாம்.

ரூபர்ட் முர்டாக், இதையெல்லாம் கவனிக்கிற மனநிலையில் இல்லை. 'ஒப்பந்தமாவது, ஊத்தப்பமாவது, எல்லாவற்றையும் தூக்கிக் குப்பையில் போடுங்கள், வருவது வரட்டும்' என்று செயலில் இறங்கிவிட்டார்.

1996ம் ஆண்டில் தொடங்கி, ஸ்டார் நிறுவனத்தின் முதன்மை சேனலான 'ஸ்டார் ப்ளஸ்', இந்திய வடிவம் பெறத் தொடங்கியது. அதில் ஹிந்தி பேசும் நிகழ்ச்சிகள் ஒளிபரப்பாக ஆரம்பித்தன.

ஒப்பந்தப்படி, இது தப்பு, மகா தப்பு. சுபாஷ் சந்திரா நினைத்திருந்தால், உடனடியாக கோர்ட்டுக்குச் சென்றிருக்கலாம்.

இதை எதிர்பார்த்த பத்திரிகையாளர்கள், ரூபர்ட் முர்டாக்குக்கு எதிராக அவருக்குக் கொம்பு சீவ முயன்றார்கள், 'ஸ்டார் ப்ளஸ்ஸில் ஹிந்தி நிகழ்ச்சிகள் வருகிறதே, இனிமேல் ஜீ டிவி அவ்வளவுதானா?' என்று வேண்டுமென்றே வம்புக்கிழுத்தார்கள்.

சாதாரணமாகவே, சுபாஷ் சந்திராவுக்கு முன் கோபம் ஜாஸ்தி, இப்படி வம்புக்கு அலைகிறவர்களைப் பார்த்தால் இன்னும் கடுப்பாகிவிடுவார்.

ஆனால் இப்போது, அவர் அமைதியாகச் செயல்படவேண்டிய நேரம், கொஞ்சம் அவசரப்பட்டாலும், பிரச்னை பெரிதாகிவிடும்.

ஆகவே, கொஞ்சமும் அலட்டிக்கொள்ளாமல், மிகப் பொறுமையாக இந்தக் கேள்விக்குப் பதில் சொன்னார் சுபாஷ் சந்திரா, 'ஸ்டார் ப்ளஸ், எப்போதும் ஜீ டிவிக்குப் போட்டியாக வராது, வரமுடியாது.'

உண்மையில், ரூபர்ட் முர்டாக் ஒப்பந்தத்தை மீறமாட்டார் என்றுதான் சுபாஷுக்குத் தோன்றிக்கொண்டிருந்தது. ஆகவே, மனத்தளவில் ஸ்டார் தனக்குப் போட்டியாக வராது என்று அவர் உறுதியாக நம்பிக்கொண்டிருந்தார்.

ஒருவேளை, ஸ்டார் ப்ளஸ், 'ஒத்தைக்கு ஒத்தை வரியா' என்று

ஜீ டிவியைச் சண்டைக்கு அழைத்தாலும், பிரச்னையே இல்லை, அந்தச் சவாலுக்கு சுபாஷ் சந்திராவின் குழு தயாராக இருந்தது.

காரணம், அப்போது இந்தியாவின் 'டாப் 10' தொலைக்காட்சி நிகழ்ச்சிகள் என்னென்ன என்று பார்த்தால், அதில் ஒன்பது நிகழ்ச்சிகள் ஜீ தொலைக்காட்சியில் ஒளிபரப்பாகிறவையாகத்தான் இருக்கும். இதன் அர்த்தம், ஜீ டிவி இந்தியத் தொலைக்காட்சிப் பார்வையாளர்கள் மத்தியில் அழுத்தமாக வேரூன்றிவிட்டது. நாளைக்கே ஒரு போட்டி என்று வந்தால், கோடிக்கணக்கான ரசிகர்கள் தன்னைக் கைவிடமாட்டார்கள் என்பது சுபாஷ் சந்திராவின் நம்பிக்கை.

இந்தக் கணக்கெல்லாம், ரூபர்ட் முர்டாக்கிற்குப் புரியவில்லை, அவருக்கு ஜீ டிவியை அடிக்கவேண்டும், எப்போதும்போல் 'நம்பர் 1' இடத்தைப் பிடிக்கவேண்டும், நடுவில் யார் வந்தாலும் இடித்துத் தள்ளிவிட்டுப் போய்க்கொண்டே இருக்க அவர் தயார்.

கொஞ்சம் கொஞ்சமாக, ஸ்டார் ப்ளஸ்ஸில் ஹிந்தி நிகழ்ச்சிகள் அதிகரிக்க ஆரம்பித்தன. குறிப்பாக, ஜீ டிவியின் நிகழ்ச்சிகள் ஒவ்வொன்றையும் குறிவைத்து, பதிலடி கொடுத்தார்கள். ஜீயின் பிரபலமான நிகழ்ச்சிகள் ஒளிபரப்பாகும் நேரங்களில், வேறு புதிய நிகழ்ச்சிகளை அறிமுகப்படுத்தி ரசிகர்களை ஈர்க்கப் பார்த்தார்கள்.

ரூபர்ட் முர்டாக்கிடம் இல்லாத பணமா? ஸ்டார் ப்ளஸ் ஹிந்தி நிகழ்ச்சித் தயாரிப்புகளுக்கென்று அவர் எவ்வளவும் செலவழிக்கத் தயாராக இருந்தார். பிரமாதமான திறமையாளர்களை வளைத்துப்போட்டு, நிகழ்ச்சிகள் ஒவ்வொன்றிலும் பிரம்மாண்டம் காட்டினார்.

சுருக்கமாகச் சொன்னால், சில ஆண்டுகளுக்குமுன் தூர்தர்ஷனை அடிக்க ஜீ டிவி என்னவெல்லாம் செய்ததோ, அத்தனையும் இப்போது அவர்களுக்கு எதிராக, இன்னும் பெரிய அளவில் செய்துகொண்டிருந்தார் ரூபர்ட் முர்டாக். மெல்ல, ஸ்டார் ப்ளஸ்ஸின் ஹிந்தி ரசிகர் வட்டம் பெரிதாகிக்கொண்டிருந்தது.

சுபாஷ் சந்திராவும் எவ்வளவோ பொறுமையாகக் காத்திருந்தார்,

பேச்சுவார்த்தைகளின்மூலம் பிரச்னையைச் சரிசெய்யப் பார்த்தார், எதுவும் ஒத்துவரவில்லை.

ஒருகட்டத்தில் மிகவும் கடுப்பேறிப்போன அவர், நேராக நீதிமன்றத்துக்குச் சென்றுவிட்டார், 'ஸ்டார் நிறுவனம், தங்களுடைய ஒப்பந்தத்தை மீறிவிட்டது' என்று வழக்குத் தொடுத்தார்.

இந்த அதிரடிக்கு, ஸ்டார் நிறுவனமும் தயாராகத்தான் இருந்தது. அவர்களும் நீதிமன்றத்தில் பதிலுக்குப் பதில் வாதங்களை எடுத்துவைத்தார்கள். வழக்கு உடனடியாக முடிவுக்கு வராமல், இழுத்தடிக்க ஆரம்பித்தது.

ரூபர்ட் முர்டாக்கின் பண பலம் மிகப் பெரியது. அவர் நினைத்தால், உலகின் டாப் வழக்கறிஞர்களையெல்லாம் இந்தியாவுக்குக் கொண்டுவந்து இறக்கலாம், ஒருவேளை தன் கட்சி ஜெயிக்காது என்று தோன்றினால்கூட, ஜீ டிவிக்கும் சுபாஷ் சந்திராவுக்கும் எரிச்சல் ஊட்டுவதற்காகவே, வாய்தா வாங்கி, வாய்தா வாங்கி வழக்கை நீட்டிக்கலாம்.

அதற்குள், ஸ்டார் ப்ளஸ் கணிசமான ஹிந்தி ரசிகர்கள் மார்க்கெட்டைப் பிடித்துவிடும், அதன் நேரடிப் போட்டியைச் சமாளிக்கவேண்டுமென்றால், சிறப்புக் கவனம் எடுத்து உழைத்தால்தான் உண்டு.

இப்போது, சுபாஷ் சந்திராவுக்குதான் தர்ம சங்கடம், அவர் வழக்கைக் கவனிப்பாரா, அல்லது, ஜீ டிவியைக் கவனிப்பாரா?

எப்படிக் கூட்டிக் கழித்துப் பார்த்தாலும், கடைசியில் சுபாஷ் சந்திராவுக்குதான் நஷ்டம். ஆகவே, இந்த விஷயத்தில் ஸ்டார் நிறுவனத்துடன் சுமுகமாகப் போவதுதான் நல்லது என்று முடிவு செய்தார் சுபாஷ் சந்திரா.

அதாவது, ஐந்து ஆண்டுகளுக்குமுன் செய்துகொண்ட ஒப்பந்தத்தை, கிழித்துப்போட்டுவிடுவது, இனிமேல் ஜீ டிவி, அதன் பாதையில் போகலாம், ஸ்டார் டிவி இன்னொரு பாதையில் போகலாம், நட்பும் கிடையாது, கூட்டணியும் கிடையாது.

1998ம் ஆண்டு, ஜீ - ஸ்டார் ஒப்பந்தம் முடிவுக்கு வந்தது. இரு

நிறுவனங்களும் தனித்துச் செயல்படுவதாக ஒப்புக்கொண்டன.

ரூபர்ட் முர்டாக் எதிர்பார்த்ததும் இதுதான். இனிமேல் அவர் சுதந்திரமாக ஹிந்தி நிகழ்ச்சிகளைத் தயாரிக்கலாம், ஜீ டிவிக்கு நெருக்கடி கொடுக்கலாம்.

அதேசமயம், சுபாஷ் சந்திராவுக்கு வேறொருவிதத்தில் நிம்மதி. இந்த விவகாரம் பெரிதாகி, ரூபர்ட் முர்டாக் ஜீ டிவியைக் கைப்பற்றிவிடக்கூடும் என்றெல்லாம் வதந்திகள் பரவிக்கொண்டிருந்த சூழ்நிலையில், எந்த அசம்பாவிதமும் இல்லாமல், இப்படிச் சுலபமாக ஸ்டார் நிறுவனத்தை வெட்டிவிட முடிந்தது நல்ல விஷயம்தானே!

ஜீ - ஸ்டார் ஒப்பந்த முறிவைத் தொடர்ந்து, அதுவரை ரூபர்ட் முர்டாக்கிடம் இருந்த ஜீ நிறுவனப் பங்குகளை, சுபாஷ் சந்திரா திரும்ப வாங்கிக்கொண்டுவிட்டார். இதன்மூலம், 65% பங்குகளைப் பெற்று, ஜீ நிறுவனத்தின் முழுக் கட்டுப்பாடும் அவரிடம் வந்தது.

இதையும், தன்னுடைய முக்கியமான வெற்றியாகக் கருதினார் சுபாஷ் சந்திரா. ஜீ நிறுவன முதலீட்டாளர்கள் கூட்டத்தில், 'ரூபர்ட் முர்டாக் ஜீ டிவியை மிரட்டிப் பணியவைக்க முயன்றார், நாம் அதை வெற்றிகரமாக முறியடித்துவிட்டோம்' என்று பெருமையுடன் குறிப்பிட்டார் அவர்.

ஆனால் உண்மையில், ஜெயித்தது சுபாஷ் சந்திராவா, அல்லது ரூபர்ட் முர்டாக்கா?

காசு விஷயத்தில் பார்த்தால், சுபாஷுக்குதான் வெற்றி. ஜீ நிறுவனத்தில் இனிமேல் ரூபர்ட் முர்டாக்கின் குறுக்கீடு இருக்காது. இப்போது அவர் எந்தவிதமான நிகழ்ச்சிகளையும் தயாரிக்கலாம், இந்தியாவின் 'நம்பர் 1 நெட்வொர்க்' என்கிற தனது நிலையை மேலும் உறுதிப்படுத்திக்கொள்ளலாம்.

ஆனால் அதேசமயம், இந்த ஒப்பந்தம் முறிந்ததும், ஸ்டார் டிவிக்கும் சுதந்திரம் கிடைத்துவிட்டது. இப்போது அவர்கள் முழு நேர ஹிந்தி சேனல் தொடங்கலாம், ஜீ டிவியுடன் நேருக்கு நேர் மோதலாம்.

‘எங்களுடைய ஒப்பந்தம் முடிவுக்கு வந்தபோதே, அவர்கள் எங்களுடன் நேருக்கு நேர் மோதுவார்கள் என்பது நன்றாகத் தெரியும்’ என்றார் சுபாஷ் சந்திரா, ‘தெரிந்துதான், ஒப்பந்தத்தை முறித்துக்கொண்டு வெளியே வந்திருக்கிறோம், அவர்கள் போட்டிக்கு வரட்டும், நாங்கள் சவாலுக்குத் தயார்’ என்று தைரியமாகப் பேட்டி அளித்தார் அவர்.

ஸ்டார் நிறுவனத்தின் போட்டியைச் சமாளிப்பதற்காக, ஜீ டெலிஃப்லிம்ஸ் பல புதின நிகழ்ச்சிகள், சிறப்பு சேனல்களை அறிமுகப்படுத்தத் திட்டமிட்டது. தனது ரெகுலர் பார்வையாளர்கள் ஒருவரைக்கூட இழந்துவிடக்கூடாது என்று திட்டமிட்டுச் செயல்பட்டார் சுபாஷ் சந்திரா.

ஆனால், அவர் எதிர்பார்த்ததைப்போலப் பலமடங்கு வலுவுடன், ஸ்டார் டிவி மோதியது. அதுவும், ஒரே ஒரு நிகழ்ச்சியை வைத்துக்கொண்டு, சுபாஷ் சந்திராவின் கண்ணில் விரல் விட்டு ஆட்டிவிட்டார்கள்!

14. விடாது கறுப்பு

'கௌன் பனேகா லக்பதி'

இதுதான், அந்த நிகழ்ச்சிக்கு முதலில் சூட்டப்பட்டிருந்த பெயர். ஸ்டார் நிறுவனத்தைச் சேர்ந்த சமீர் நாயர், பீட்டர் முக்ரஜா என்ற இரண்டு திறமைசாலிகள், ஏற்கெனவே பிரிட்டன், மற்ற நாடுகளில் புகழ் பெற்ற *'Who Wants to Be a Millionaire?'* என்ற நிகழ்ச்சிக்குப் பிரமாதமாக இந்தியச் சாயம் பூசியிருந்தார்கள்.

ஹிந்தியில் 'லக்பதி' என்றால், லட்சாதிபதி என்று அர்த்தம். இந்தப் புதுமையான வினாடிவினா நிகழ்ச்சியில் வெற்றிபெறுகிறவர்களுக்கு, ஒரு லட்சம் ரூபாய் பரிசு தருவதாகத் திட்டமிட்டிருந்தார்கள்.

அந்தக் காலத்தில், ஒரு லட்சம் என்பது மிகப் பெரிய தொகை. தொலைக்காட்சி சரித்திரத்தில் வேறு யாரும் அத்தனை பெரிய பரிசைக் கொடுத்தது கிடையாது.

ஆகவே, 'கௌன் பனேகா லக்பதி' நிகழ்ச்சிக்குப் பரபரப்பான வரவேற்பு நிச்சயம் என்று கணக்குப் போட்டார் சமீர் நாயர். இதைமட்டும் சிறப்பாகச் செய்து முடித்துவிட்டால், ஏகப்பட்ட ரசிகர்களையும் விளம்பரதாரர்களையும் கட்டிப்போட்டுவிடலாம்.

'கௌன் பனேகா லக்பதி'யின் முதல் விளம்பரங்கள் சுறுசுறுப்பாகத் தயாராகிக்கொண்டிருந்த நேரம், ரூபர்ட் முர்டாக் இந்தியாவுக்கு வந்திருந்தார்.

இதற்குமுன் அவர் எப்போது இந்தியா வந்தாலும், அவர் முகம் தீவிரக் கோபத்தில் மூழ்கியிருக்கும், 'ஏன் ஜீ டிவியைவிட ஸ்டார் சேனல்கள் இத்தனை தூரம் பின்தங்கியிருக்கின்றன? ஏதாவது செய்யுங்கள், நாம் எப்படியாவது முதல் இடத்தைப் பிடிக்கவேண்டும்' என்று ஆத்திரமாகப் பேசுவார் அவர்.

இப்போது, ஜீ டிவியை நிச்சயமாக ஜெயிக்கக்கூடிய ஓர் ஆயுதம் தயாராகிவிட்டது. அந்த பிரம்மாஸ்திரத்தை, முதலாளி முர்டாக்கிற்குக் காண்பிக்கவேண்டாமா?

'கௌன் பனேகா லக்பதி'யின் விளம்பரங்களை, ரூபர்ட் முர்டாக் அமைதியாகப் பார்த்தார். கடைசியில், 'ஒரு லட்சம் என்றால், எவ்வளவு?' என்று விசாரித்தார்.

உடனே, பக்கத்தில் இருந்தவர்கள், ஒரு லட்சத்தை அவருக்குப் புரியக்கூடிய வெளிநாட்டு கரன்ஸி கணக்கில் மாற்றிச் சொன்னார்கள். முர்டாக் மீண்டும் யோசனையில் ஆழ்ந்துவிட்டார்.

'ரொம்பக் குறைச்சலாக இருக்கிறதே.'

'இல்லை சார், இந்தியாவில் ஒரு லட்சம் என்றால், மிகப் பெரிய விஷயம்.'

'இருக்கட்டும், நம் நிகழ்ச்சி பெரிய அளவில் பேசப்பட வேண்டுமென்றால், இன்னும் தாராளமாகச் செலவு செய்யவேண்டும், மக்கள் பிளந்த வாய் மூடமுடியாதபடி, பரிசுத் தொகையை உயர்த்துங்கள்.'

'சரி சார், ஒரு லட்சத்தைப் பத்து லட்சம் ஆக்கலாமா?', சற்றே தயக்கத்துடன் கேட்டார்கள்.

'ம்ஹூம், நூறு லட்சம்' என்றார் ரூபர்ட் முர்டாக்.

கேட்டவர்களுக்கு ஒரு நிமிடம் மூச்சே நின்றுவிட்டது. நூறு லட்சம் என்றால், யம்மாடி, ஒரு கோடி ரூபாயா?

அவர்களுடைய அதிர்ச்சி முகத்தைத் திருப்திப் புன்னகையுடன் பார்த்தார் ரூபர்ட் முர்டாக், 'இந்த நம்பமுடியாத அதிர்ச்சி, ஆச்சர்யம், இந்த நிகழ்ச்சியைப்பற்றிக் கேள்விப்படுகிற ஒவ்வொருவருக்கும் வரவேண்டும், அப்போதுதான் இது சூப்பர் ஹிட் ஆகும்.'

ஸ்டார் நிர்வாகிகளுக்கு, முர்டாக்கின் மாஸ்டர் ப்ளான் புரிந்தது. எத்தனை செலவானாலும் பரவாயில்லை, ஜீ டிவியைக் கீழே இறக்கியாகவேண்டும். அவ்வளவுதான் விஷயம்.

அந்த விநாடியில், 'கௌன் பனேகா லக்பதி' நிகழ்ச்சி, 'கௌன் பனேகா க்ரோர்பதி' என்று பெயர் மாறியது. 'கேபிசி' என்று செல்லமாக அழைக்கப்பட்ட இந்த நிகழ்ச்சியில், எல்லாக் கேள்விகளுக்கும் சரியாகப் பதில் சொல்கிறவர்களுக்கு ஒரு கோடி ரூபாய் பரிசு என்று அறிவிக்கப்பட்டது.

ஆனால், என்னதான் ஒரு கோடி ரூபாய் பரிசு கொடுத்தால், பொது அறிவு விநாடி வினா என்பது, கொஞ்சம் போரடிக்கிற விஷயமில்லையா? மக்கள் அதை உட்கார்ந்து பார்ப்பார்களா?

அதிலும் ஸ்டார் டிவி தனது பிரம்மாண்டத்தைக் காண்பித்தது. ஹிந்தித் திரையுலகின் நிரந்தர சூப்பர் ஸ்டாரான அமிதாப் பச்சனை, முதன்முறையாகத் தொலைக்காட்சிக்குக் கொண்டுவந்தார்கள்.

ஒரு கோடி ரூபாய் பரிசுப் பணம், அமிதாப் பச்சன், பிரம்மாண்டமான செட்கள், எல்லா ஊடகங்களிலும் பளபளா விளம்பரங்கள் என்று பரபரப்பாகக் களம் இறங்கியது ஸ்டார் ப்ளஸ். அடுத்த சில வாரங்களுக்கு, நாடுமுழுவதும் இந்த நிகழ்ச்சியின் முன்னோட்ட விளம்பரங்களைப்பற்றிதான் பேச்சு.

'கௌன் பனேகா க்ரோர்பதி'க்காக அமிதாப் பச்சன் தனது கம்பீரக் குரலுடன் ஸ்டார் ப்ளஸ்ஸில் தோன்றியபோது, அநேகமாக மொத்த இந்தியாவும் பசி, உறக்கம் மறந்து அவரைப் பார்க்க உட்கார்ந்துவிட்டது. ஒரு கோடியை ஜெயிக்கப்போவது யார் என்கிற பரபரப்பில் சிக்காதவர்களே கிடையாது.

ஸ்டார் டிவியின் பிரம்மாஸ்திரம், பிரமாதமாக வேலை செய்தது. 'கௌன் பனேகா க்ரோர்பதி' அறிமுகமான அதே

வாரத்தில், ஜீ டிவி தனது ரெகுலர் பார்வையாளர்களை இழக்கத் தொடங்கிவிட்டது.

அப்போதும், சுபாஷ் சந்திரா நம்பிக்கை இழக்கவில்லை. க்ரோர்பதி நிகழ்ச்சிக்காக, ஸ்டார் டிவி நிறைய செலவழித்திருக்கிறது, ஒவ்வொரு விஷயத்தையும் பார்த்துப் பார்த்துச் செய்திருக்கிறார்கள், அதனால்தான், மக்கள் அப்படிப் போய் விழுகிறார்கள் என்று அவருக்குப் புரிந்தது.

ஆனால், இதன்மூலம் ஜீ டிவியின் நிலைமை தடுமாற்றமாகிவிடும் என்றெல்லாம் அவருக்குத் தோன்றவில்லை. ஏதோ அமிதாப் பச்சனைப் பார்க்கிற ஆர்வத்தில் மக்கள் ஸ்டார் பக்கம் திரும்பியிருக்கிறார்கள், நாலு வாரத்தில் சலித்துப்போய், மீண்டும் நம்மிடமே வந்துவிடுவார்கள் என்றுதான் அவர் நினைத்தார்.

அவர் நினைத்ததுபோல், 'கௌன் பனேகா க்ரோர்பதி'யை மக்கள் அத்தனை சீக்கிரத்தில் மறப்பதாக இல்லை. தொடர்ந்து, பல வாரங்களுக்கு இந்தியாவின் டாப் தொலைக்காட்சி நிகழ்ச்சியாக ரசிகர்களைக் கட்டிப்போட்டது கேபிசி. இப்போது, சுபாஷ் சந்திராவை லேசாகக் கவலை தொற்றிக்கொண்டது.

ஆனால், ஸ்டார் ப்ளஸ்ஸிடம் இருந்தது, இந்த ஒரே ஒரு சூப்பர் ஹிட் நிகழ்ச்சிதான், அதோடு ஒப்பிடுகையில், ஜீ டிவியிடம் நான்கைந்து வெற்றிகரமான நிகழ்ச்சிகள் இருந்தன. ஆகவே, ஒரு 'க்ரோர்பதி'யை வைத்துக்கொண்டு, ஸ்டாரால் நம்மை ஜெயித்துவிடமுடியாது என்று நினைத்தார் சுபாஷ் சந்திரா.

அந்தக் கணக்குதான், கொஞ்சம் தப்பாகிவிட்டது. ஸ்டார் டிவி, கேபிசியுடன் நிற்பதாக இல்லை, அடுத்தடுத்து பல புது நிகழ்ச்சிகளுடன் தொடர் தாக்குதலுக்குத் தயாராக இருந்தது.

அதுட்டுமில்லை, தன்னுடைய சூப்பர் ஹிட் நிகழ்ச்சியான 'கௌன் பனேகா க்ரோர்பதி'யின் வெற்றியை, ஸ்டார் ப்ளஸ் மிக நன்றாகப் பயன்படுத்திக்கொண்டது. அந்த ஒரு நிகழ்ச்சியை மையமாக வைத்து, மற்ற நிகழ்ச்சிகள் அனைத்தையும் பிரமாதமாக மார்க்கெட்டிங் செய்தார்கள்.

குறிப்பாக, அழுவாச்சித் தொடர்கள். முழநீளப் பெயர்களுடன் விதவிதமாக வந்து குவிந்த இந்த மெகா சீரியல்களை, 'கௌன்

பனேகா க்ரோர்பதி'யின் விளம்பர இடைவேளைகளின்போது கொஞ்சம் கொஞ்சமாகப் பிரபலப்படுத்தியது ஸ்டார் ப்ளஸ்.

இதேபோல், இளைஞர்கள், குழந்தைகள், பரபரப்புப் பிரியர்கள், செய்தி ஆர்வலர்கள், இயற்கை விரும்பிகள், சுற்றுலாக் காதலர்கள், ஆன்மிக அன்பர்கள் என்று அவர்கள் யாரையும் விட்டுவைக்கவில்லை. எல்லோருக்கும் பொருந்தக்கூடிய நிகழ்ச்சிகளை அடுத்தடுத்து யோசித்துவைத்திருந்தார்கள்.

இந்த நிகழ்ச்சிகள் அனைத்துக்கும், 'கௌன் பனேகா க்ரோர்பதி'தான் தூண்டில். அமிதாப் பச்சனைப் பார்ப்பதற்காக வருகிற ரசிகர்களை, 'எங்களிடம் இதேபோல் இன்னும் என்னென்னவோ பிரமாதமான நிகழ்ச்சிகள் இருக்கின்றன, கொஞ்சம் பாருங்களேன்' என்று ஆசை காட்டி ஈர்த்துக்கொண்டது ஸ்டார் ப்ளஸ்.

இப்படி ஸ்டார் ப்ளஸ் ஹிந்தி மொழி பேசும் ரசிகர்களைக் கவரக் கவர, ஜீ டிவியின் பார்வையாளர் எண்ணிக்கை குறைய ஆரம்பித்தது. மெல்ல, 'டாப் 10' வெற்றிப் பட்டியலில் இருந்த ஜீ டிவி நிகழ்ச்சிகள் கீழே இறங்கிக் காணாமல் போயின. அந்தப் பட்டியல்முழுவதும், ஸ்டார் நிகழ்ச்சிகள் நிரம்பிக்கொண்டன.

இத்தனை சீக்கிரத்தில், ஸ்டார் ப்ளஸ் ஜீ டிவியைக் கீழே தள்ளிக் குழிபறித்துவிட்டது என்று சொன்னால், நம்புவது கொஞ்சம் சிரமம்தான். ஆனால், உண்மை அதுதான்!

'கௌன் பனேகா க்ரோர்பதி'யில் ஆரம்பித்து ரூபர்ட் முர்டாக்கின் ஸ்டார், சுபாஷ் சந்திராவின் ஜீ டிவியைத் தொடர்ந்து பணத்தாலேயே அடித்துக்கொண்டிருந்தது. ஒருகட்டத்துக்குமேல், ஜீ நிறுவனத்தால் சமாளிக்கமுடியவில்லை.

இதனால், பல ஆண்டுகளாக 'நம்பர் 1' இடத்தைத் தக்கவைத்துக் கொண்டிருந்த ஜீ டிவி, முதன்முறையாக இரண்டாம் இடத்துக்குத் தள்ளப்பட்டது. ஆசைப்பட்டதுபோல், அந்த முதல் இடத்தைப் பிடித்துவிட்டார் ரூபர்ட் முர்டாக்.

இந்த இரண்டாம் இடம்கூட, ஜீ டிவிக்கு நிலைக்கவில்லை. அதுவரை எங்கோ பாதாளத்தில் இருந்த சோனி நிறுவனத்தின் ஹிந்தி சேனல், இப்போது திடீர் சுறுசுறுப்புடன் முன்னேறி ஜீ டிவியை இன்னும் கீழே இறக்கிவிட்டது.

சாதாரணத் தோல்வி இல்லை, படு தோல்வி. ஒருகாலத்தில் 'நம்பர் 1' கிரீடத்தைச் சூடிக்கொண்டிருந்த ஜீ டிவி, இப்போது உயிருக்கே போராடுகிற நிலைமை.

என்ன ஆச்சு? எங்கே தப்பு நடந்தது? சுபாஷ் சந்திரா நிதானமாக யோசிக்க ஆரம்பித்தார்.

ஜீ டிவி ஒளிபரப்பு தொடங்கப்பட்ட ஆரம்ப காலத்தில், தூர்தர்ஷனுக்கும் ஜீ டிவிக்கும் ஏணி வைத்தால்கூட எட்டாது. அந்த அளவுக்குப் பிரமாதமாக ஒரு வித்தியாசம் காட்டி, ரசிகர்களைக் கவர்ந்துவிட்டார்கள்.

அதுவரை, இந்தியத் தொலைக்காட்சி ரசிகர்கள் அப்படி ஒரு பொழுதுபோக்கைப் பார்த்ததே கிடையாது. பட்டினி கிடந்தவர்களுக்குத் தலைவாழை இலையில் விருந்து போட்டதுபோல், அவர்களை மொத்தமாக அசத்திவிட்டது ஜீ டிவி.

இதனால், அப்போது ஜீ டிவியில் பணியாற்றிக்கொண்டிருந்தவர்கள் எங்கே சென்றாலும், மக்கள் அவர்களைப் பாராட்டித் தள்ளினார்கள், 'கலக்கறீங்க சார், இந்தமாதிரி யாராலும் செய்யமுடியாது' என்றெல்லாம் அவர்கள் புகழ்ந்தபோது, அந்த 'மிதப்பு' ஜீ ஊழியர்களுக்கு நன்கு பழகிவிட்டது.

ஆகவே, அவர்கள் செய்ததையே திரும்பத் திரும்பச் செய்ய ஆரம்பித்தார்கள். நாம் எது செய்தாலும் எடுபடும், மக்கள் ரசிப்பார்கள், விரும்பி ஏற்றுக்கொள்வார்கள் என்று அவர்களுக்குத் தோன்றத் தொடங்கியது. சுமாரான யோசனைகளைக்கூட, ரொம்ப நம்பிக்கையோடு செயல்படுத்த ஆரம்பித்தார்கள்.

அதுமட்டுமில்லை, நம்முடைய ரசிகர்கள், நமக்கே சொந்தம், அவர்கள் நம்மைவிட்டு எங்கேயும் போகமாட்டார்கள் என்று அவர்களுக்கு ஓர் எண்ணம் தோன்ற ஆரம்பித்தது. இதுதான், ஜீ நிறுவனத்தின் சரிவுக்கு முதல் காரணம் என்கிறார் சுபாஷ் சந்திரா.

இதில் ஸ்டார் ப்ளஸ் / கௌன் பனேகா க்ரோர்பதியைக் குற்றம் சொல்லிப் பயன் இல்லை. இதெல்லாம் இல்லாவிட்டால்கூட,

ஜீ டிவி இந்தச் சறுக்கலைத் தவிர்த்திருக்கமுடியாது, நிச்சயமாக, வேறு யாரேனும் அவர்களைக் கீழே தள்ளிச் சாய்த்திருப்பார்கள்.

உண்மையில், ஜீ டிவி நிகழ்ச்சித் தயாரிப்பாளர்கள், மற்ற முக்கிய அலுவலர்களிடையே இப்படி ஒரு 'மிதப்பு'த்தன்மை, 'நம்மை யாராலும் எதுவும் செய்யமுடியாது' என்கிற அதீத நம்பிக்கை பரவியிருப்பதை, அதனால் நிகழ்ச்சிகளின் தரம் பாதிக்கப்படுவதைப் பல தொழில்முறை மேலாளர்கள் ஏற்கெனவே கவனித்திருந்தார்கள். ஆனால், இதை அவர்கள் சுட்டிக்காட்டியபோது, யாரும் அதனை ஏற்கவில்லை.

'மக்கள் எங்களை ரசிக்கிறார்கள், கைதட்டுகிறார்கள், நீ மட்டும் என்னை ஏன் குற்றம் சொல்கிறாய்?' என்று அதட்டிய அவர்கள், தொடர்ந்து, ஒரேமாதிரியான சலிப்பூட்டும் நிகழ்ச்சிகளைத்தான் தயாரித்துக்கொண்டிருந்தார்கள். தாங்கள் ஒரு முடிவற்ற சுழலுக்குள் சிக்கியிருப்பதைக்கூட அவர்கள் உணரவில்லை.

ஜீ டிவியில் பலர் நினைத்ததுபோல, மக்கள் முட்டாள்கள் இல்லை. இப்போது அவர்களுக்குப் பல சாடிலைட் சேனல்கள் வந்துவிட்டன, எதில் நல்ல, தரமான நிகழ்ச்சிகள் வருகிறதோ, அதைத் தேர்ந்தெடுத்துப் பார்க்கவேண்டும் என்று புரிந்துவிட்டது.

ஏனோ, ஜீ நிர்வாகிகளுக்கு இது புரியவே இல்லை. அவர்கள் தொடர்ந்து, அதே பழைய அப்பளங்களைச் சுட்டுக்கொண்டிருந்தார்கள். சந்தடிசாக்கில் ஸ்டார் ப்ளஸ் உள்ளே நுழைந்து, அவர்களுடைய சந்தையைக் காலி பண்ணிவிட்டது.

இந்தத் தோல்விக்கு, சுபாஷ் சந்திராவும் ஒரு முக்கியமான காரணம். அவர் செய்த தவறு, தனது ஆரம்ப கால ஊழியர்கள் பலருக்கு, ஜீ நிறுவனத்தின் பங்குகளை(*Stock Options*)த் தாராளமாக அள்ளி வழங்கியதுதான்!

எந்த ஒரு புதிய நிறுவனமும், தொடக்கத்திலிருந்து தனக்கு விசுவாசமாக உழைக்கும் ஊழியர்களுக்குத் தனது பங்குகளைப் பிரித்துத் தருவது வழக்கம். பின்னர் அந்த நிறுவனம் பெரியதாக வளரும்போது, இந்த ஊழியர்கள் தங்களுடைய பங்குகளை அதிக விலைக்கு விற்று லாபம் அடையலாம்.

பிரச்னை என்னவென்றால், ஜீ நிறுவனம் மிகக் குறுகிய காலகட்டத்தில், பெரிய அளவு வளர்ந்துவிட்டது. ஆகவே, அதன் பங்குகள் பலமடங்கு விலை உயர்ந்துவிட்டன.

இதனால், ஜீ நிறுவனத்தின் பங்குகளை வைத்திருந்த ஆரம்ப கால ஊழியர்கள், மிக அதிக விலைக்கு அவற்றை விற்கமுடிந்தது. இவர்களில் பலர், கோடிக்கணக்கில் சம்பாதித்துவிட்டார்கள்.

யோசித்துப்பாருங்கள், நேற்றுவரை மாதச் சம்பளம் வாங்கிக்கொண்டிருந்த ஒருவர், இன்றைக்கு அவருக்குக் கோடி ரூபாய் கிடைக்கிறது. அதன்பிறகு, அவருக்கு அலுவலகம் வரத் தோன்றுமா? வேலை செய்யத் தோன்றுமா?

சான்ஸே இல்லை, கையில் கோடி ரூபாயை வைத்துக்கொண்டு, எதற்காக ஆஃபீஸ் போகவேண்டும்? எதற்காகக் கஷ்டப்பட்டு உழைக்கவேண்டும்? எதற்காக இன்னும் சம்பாதிக்கவேண்டும்?

ஜீ நிறுவனம் முழுவதும், பல நிலைகளில் இந்தப் பிரச்னை தலைகாட்டியது. தங்களிடமிருந்த பங்குகளை விற்று நிறைய சம்பாதித்துவிட்ட பல திறமைசாலிகள், பணியிலிருந்து விலகிக்கொண்டார்கள், இன்னும் சிலர், வேலை பார்க்கும் ஆர்வமே இல்லாமல் சுற்றிவந்தார்கள். அலுவலகத்தில் எங்கே பார்த்தாலும் மந்தத்தன்மை.

சுபாஷ் சந்திராவுக்கு என்ன செய்வது என்றே தெரியவில்லை, ஜீ டிவிக்கு இப்போது உள்ளே, வெளியே என இரண்டு பக்கமும் பிரச்னைதான், எப்படிச் சமாளிப்பது?

இந்தப் பதற்றத்தில், சுபாஷ் சந்திரா குழுவினர் இன்னொரு பெரிய தவறைச் செய்துவிட்டார்கள்!

ஸ்டார் ப்ளஸ்ஸில் அமிதாப் பச்சன் ஒரு கோடி ரூபாய் பரிசு தருவதால்தானே மக்கள் அங்கே போய் விழுகிறார்கள்? அதற்குப் போட்டியாக, நாமும் ஒரு நிகழ்ச்சி தொடங்குவோம், ஒரு கோடிக்குபதில், பத்து கோடி ரூபாய் பரிசாகத் தருவோம் என்று யோசித்தது ஜீ டிவி.

ஒன்று பெரிசா, பத்து பெரிசா? 'பத்து கோடி ரூபாய் பரிசு' என்று அறிவித்தால், ரசிகர்கள் நிச்சயமாக மீண்டும் நம்பக்கம்

திரும்பிவிடுவார்கள் என்பது ஜீ நிகழ்ச்சித் தயாரிப்பாளர்களின் கணக்கு.

ஆனால், இந்தக் கணக்கை அவர்கள் செயல்படுத்திய விதம், மகா கேவலமாக இருந்தது. 'சவால் தஸ் க்ரோர் கா' என்ற பெயரில் வெளியான அந்த நிகழ்ச்சி, வந்த வேகத்தில் சுருண்டு படுத்துவிட்டது.

இந்தத் தோல்விக்கு முக்கியக் காரணம், ஜீ டிவி 'கௌன் பனேகா க்ரோர்பதி'யை அசிங்கமாகக் காப்பியடித்ததுதான். ஒரிஜினலை ரசித்த மக்கள், இந்த டூப்ளிகேட்டை நிராகரித்துவிட்டார்கள்.

அதுவரை, ஜீ டிவி நிகழ்ச்சிகளைத்தான் மற்றவர்கள் காப்பியடித்திருக்கிறார்கள். முதன்முறையாக, அப்போதுதான் ஜீ டிவி மற்றவர்களை எட்டிப்பார்த்திருக்கிறது.

இந்த ஒரு விஷயம், அந்நிறுவனத்தின் சரிவைத் தொடங்கிவைத்தது. 'இத்தனை ஆண்டுகளாக, நாங்கள் எங்களுடைய சொந்தத் திறமையில் ஜெயித்தோம், மற்றவர்களைப் பார்த்துக் காப்பியடிக்க முயன்றபோதுதான், தோற்றுப்போனோம்' என்கிறார் சுபாஷ் சந்திரா. தோல்விப் பதற்றத்தில், என்னென்னவோ தவறுகளைச் செய்ய ஆரம்பித்தது ஜீ டிவி. இவை ஒவ்வொன்றும், ஜீ டிவியை இன்னும் கீழே இழுத்துப் புதையச் செய்தன.

ஸ்டார் ப்ளஸ்ஸின் மிகப் பெரிய வளர்ச்சியைப் பார்த்து நடுங்கிப்போய் ஜீ டிவி ஏகப்பட்ட புது நிகழ்ச்சிகளை அறிமுகப்படுத்தியது. மக்கள் எதையும் ஏற்றுக்கொள்ளவில்லை, அத்தனையும் தோல்வி, படு தோல்வி.

அதுமட்டுமில்லை, இந்தப் புதிய நிகழ்ச்சிகளுக்காக, திடீரென்று பழைய 'ஹிட்' நிகழ்ச்சிகளை நிறுத்தியதால், பல 'ரெகுலர்' ஜீ டிவி ரசிகர்களுக்குக் கோபம், இதனாலும், ஜீ டிவியின் விளம்பர வருமானம் கணிசமாகப் பாதிக்கப்பட்டது.

ஒருகட்டத்தில், ரசிகர்கள், விளம்பரதாரர்கள் என இருதரப்பினரும் சுபாஷ் சந்திராவை விட்டு விலகிப்போனார்கள். பாதாளத்தை நோக்கி அதிவேகமாக உருண்டு ஓடிக்கொண்டிருந்தது ஜீ நிறுவனம்.

15. வைர நெஞ்சம்

ஜீ குழும சேனல்களின் நிர்வாகப் பொறுப்பை, யாரிடம் ஒப்படைப்பது?

பல ஆண்டுகளாக, சுபாஷ் சந்திராவுக்கு இந்தக் குழப்பம் தீரவே இல்லை. இதில் மட்டும், அவர் என்ன முடிவெடுத்தாலும், பூமராங்போல் திரும்பி வந்து தாக்கியது.

சுபாஷ் சந்திராவின் பிஸினஸ் ஸ்டைல், ஒரே வேலையில் நெடுநாள் உட்கார்ந்துகொண்டிருப்பது அல்ல. ஜீ டிவி நல்ல வெற்றி அடைந்ததும், அதன் நிர்வாகத்தைத் தொழில்முறை மேலாளர்களிடம் ஒப்படைத்துவிட்டு, வேறு புதிய முயற்சிகளில் கவனம் செலுத்தவே அவர் விரும்பினார்.

ஆனால் ஏனோ, அவர் நினைத்ததுபோன்ற மேலாளர்கள், செயல்தலைவர்கள் அமையவே இல்லை. ஒரு காலகட்டத்தில், வரிசையாக அடுத்தடுத்து நான்கைந்து தலைவர்களைப் பார்த்துவிட்டது ஜீ டிவி. ஒருவர்கூட, சில மாதங்களுக்குமேல் நீடிக்கவில்லை.

ஏன் இப்படி நடக்கிறது என்பதற்கான காரணம் யாருக்கும் புரியவில்லை. சிலர், சுபாஷ் சந்திராமீது குறைசொன்னார்கள், அவரும், அவருடைய குடும்பத்தினரும் ஜீ டிவி நிர்வாகத்தில்

தொடர்ந்து குறுக்கிட்டுக்கொண்டே இருப்பதால்தான், வருகிற நிர்வாகிகள் எரிச்சலடைந்து வெளியேறுகிறார்கள் என்று பேசப்பட்டது.

இந்தக் குற்றச்சாட்டு உண்மையா, இல்லையா என்பதை உறுதி செய்வது சிரமம். ஆனால், ஒருபக்கம் ஸ்டார் ப்ளஸ், ஜீ டிவியைத் தாக்கிக்கொண்டிருந்த அதே நேரத்தில், உள்ளுக்குள் ஜீ நிறுவனமே ஆட்டம்கண்டுபோயிருந்ததுமட்டும் நிஜம்.

போதாக்குறைக்கு, ஹிந்தி பொழுதுபோக்கு சேனல்கள் வரிசையில் மூன்றாவது இடத்துக்குத் தள்ளப்பட்டுவிட்டது ஜீ டிவி. இதனால், ரசிகர் வட்டம் போனது, அந்தஸ்து, கௌரவம் போனது, வருமானம் போனது, எல்லாமே போய்விட்டது.

இதனால், ஸ்டார் ப்ளஸ்ஸின் தொடர் தாக்குதல்களுக்கு சுபாஷ் சந்திரா நினைத்ததுபோல் பதிலடி கொடுக்கமுடியவில்லை. தளபதி இல்லாத, அடுத்தடுத்து தோல்விகளைச் சந்தித்துத் சோர்ந்துபோயிருக்கும் ஒரு படையை வைத்துக்கொண்டு, தாக்க முடியாது, பதுங்கதான் முடியும்.

'சரி, பதுங்குவோம்' என்றார் சுபாஷ் சந்திரா, நிறுவனத்துக்குள் என்ன பிரச்னை என்பதை முதலில் கண்டுபிடித்துச் சரிசெய்யவேண்டும், அதன்பிறகுதான் பழைய வேகத்தோடு ஸ்டார் ப்ளஸ்ஸை நம்மால் எதிர்க்கமுடியும்.

அதுவரை, பல தொழில்முறை மேலாளர்கள், நிர்வாகிகளை முயன்று பார்த்துத் தோல்வி கண்டிருந்த சுபாஷ் சந்திராவுக்கு, இனிமேலும் இந்த விளையாட்டு சரிப்படாது என்று தோன்றிவிட்டது. 2002 - 2003 ஆண்டுவாக்கில், மீண்டும் நிர்வாகத்தைத் தன் பொறுப்பில் எடுத்துக்கொண்டார் அவர்.

அடுத்த ஓரிரு ஆண்டுகளில், சுபாஷின் மகன் புனித் கோயங்காவும் ஜீ நிர்வாகத்தில் நுழைந்தார். பம்பாய்ப் பல்கலைக்கழகத்தில் படித்த அவர், நிறுவனத்தில் இளரத்தத்தைப் பாய்ச்சுகிற பொறுப்பை ஏற்றுக்கொண்டார்.

ஜீ நிர்வாகப் பொறுப்புக்குத் திரும்பியதும், சுபாஷ் சந்திரா செய்த முதல் வேலை, போஸ்ட் மார்டம். நம்மிடம் என்ன பிரச்னை? ஏன் இப்படி அடிமட்டத்துக்குத் தள்ளப்பட்டுவிட்டோம்?

இந்தியாவில் சாடிலைட் சேனல் என்கிற சமாசாரத்தை அறிமுகப்படுத்தியது நாம்தான், பிரபலப்படுத்தியது நாம்தான். ஆனால் இப்போது, அதே சாடிலைட் சேனல்களின் வெற்றி வரிசையில் நமக்கு இடம் இல்லை. ஏன்? என்ன ஆச்சு?

ஆரம்பத்தில், ரசிகர்களின் நாடித்துடிப்பை அறிந்து, அவர்களுக்குப் பிடிக்கும்படியான நிகழ்ச்சிகளைக் கொடுத்துக்கொண்டிருந்த ஜீ டிவி, நடுவில் எங்கோ அந்தத் திறமையை இழந்துவிட்டது சுபாஷ் சந்திராவுக்குப் புரிந்தது. மக்களுக்குப் பிடிக்காத, பொருத்தமில்லாத நிகழ்ச்சிகளை வழங்கத் தொடங்கியபிறகுதான், தங்களுடைய தோல்வி தொடங்கியது என்பதை உணர்ந்தார் அவர்.

இதைச் சரிசெய்வதற்கு, ஒரே ஒரு வழிதான், மீண்டும் மக்களிடம் திரும்பச் செல்லவேண்டும், 'பெரியோர்களே, தாய்மார்களே, உங்களுக்கு என்ன பிடிக்கும்? சொல்லுங்கள்' என்று கேட்டுத் தெரிந்துகொண்டு, நம்முடைய சானலில் அதைத் தருவதற்கான ஏற்பாடுகளில் இறங்கவேண்டும்.

ஜீ டிவி இதைத்தான் முதலாவதாகச் செய்தது. நாடுமுழுவதும், ஹிந்தி பொழுதுபோக்கு சேனல்களைப் பார்க்கிறவர்கள் யார் என்று தேடிப் பிடித்து, அவர்களிடையே ஒரு சர்வே நடத்தினார்கள், ஆண்கள், பெண்கள் ஒரு தொலைக்காட்சி சேனலில் என்ன எதிர்பார்க்கிறார்கள் என்று லேசாகப் புரிய ஆரம்பித்தது.

'கௌன் பனேகா க்ரோர்பதி' வெற்றியைத் தொடர்ந்து, ஜீ டிவியின் கவனம்முழுவதும் அதேபோன்ற 'ரியாலிட்டி ஷோ' எனப்படும் போட்டி நிகழ்ச்சிகளில்தான் இருந்தது. 'க்ரோர்பதி'போல் நமக்கும் ஒரு சூப்பர் ஹிட் நிகழ்ச்சியைப் பிடித்துவிடவேண்டும் என்று மிகவும் மெனக்கெட்டார்கள்.

ஆனால், இந்த சர்வே முடிவுகள், வேறுவிதமாக இருந்தன. மக்கள் 'ரியாலிட்டி ஷோ'க்களைவிட, பிழியப் பிழிய அழவைக்கும் 'குடும்ப' நாடகங்களைத்தான் அதிகம் ரசிக்கிறார்கள் என்பது புரிந்தது. அப்போதுதான், சுபாஷ் சந்திராவுக்கு இன்னொரு விஷயம் விளங்கத் தொடங்கியது. ஸ்டார் ப்ளஸ்ஸின் வெற்றிக்கு,

வெறும் அமிதாப் பச்சன், க்ரோர்பதி நிகழ்ச்சிகள் காரணம் இல்லை, அதை முன்னால் வைத்து, பின்னணியில் மெகா சீரியல்கள்மூலம் வடக்கத்தித் தாய்மார்கள் எல்லோரையும் கவர்ந்து இழுத்திருக்கிறது ஸ்டார். ஜீ டிவி கீழே தள்ளப்பட்டதற்கு முக்கியக் காரணம், இதுதான்.

இப்போது, ஜீ டிவி மீண்டும் மேலேறவேண்டுமென்றால், அதற்கு ஒரே வழி, ஸ்டார் போலவே நாமும் நிறைய சீரியல்களைத் தரவேண்டும். கதையம்சம், பிரம்மாண்டம், நட்சத்திர நடிகர், நடிகைகள் என்று எல்லாவிதத்திலும் அசத்தினால்தான், மக்கள் நம்பக்கம் திரும்பிப் பார்ப்பார்கள்.

ஜீ டிவி மெகாசீரியல்களில் கவனம் செலுத்தத் தொடங்கியது இப்படித்தான். ஸ்டார் ப்ளஸ்ஸுக்கு இணையாக, சொல்லப்போனால் அதைவிடக் கொஞ்சம் அதிகமாகவே தொடர் நாடகங்கள் ஜீ தொலைக்காட்சியில் அரங்கேறின. ஒவ்வொன்றிலும், கதை, திரைக்கதை, வசனம், திருப்பங்கள் என அத்தனை அம்சங்களையும் பார்த்துப் பார்த்துச் செய்தார்கள்.

அதுவரை, செம சிக்கனமாகச் செயல்பட்டுக்கொண்டிருந்த ஜீ டிவி, இப்போது நன்றாகச் செலவழிக்க ஆரம்பித்திருந்தது. ஒரு நிகழ்ச்சி அல்லது நாடகத்தின் தரத்தை மேம்படுத்துவதில் எத்தனை செலவு செய்தாலும், அது கண்டிப்பாகத் திரும்பி வரும் என்பதை அவர்கள் புரிந்துகொண்டிருந்தார்கள்.

ஆனால், ஏற்கெனவே ஸ்டார் டிவி தனது சீரியல்கள்மூலம் மக்களைக் கவர்ந்துவிட்டது. இந்த நிலைமையில், ஜீ டிவி என்னதான் வித்தியாசம் காண்பித்தாலும், மக்கள் அதை விட்டு இங்கே எப்படி வருவார்கள்? அதற்கும், சுபாஷ் சந்திரா ஓர் அட்டகாசமான வழிவைத்திருந்தார். பொதுவாக, ஸ்டார், மற்ற சேனல்கள், திங்கள்முதல் வியாழன்வரைதான் மெகா சீரியல்களை ஒளிபரப்பிவந்தார்கள். வார இறுதிகளில், வேறு நிகழ்ச்சிகள்தான் இடம்பெற்றன.

அந்த இடத்தை, ஜீ டிவி பிடித்துக்கொண்டது. வியாழன்வரை சீரியல் பார்த்து அழுது தீர்த்த தாய்மார்களுக்கு, வெள்ளி, சனி, ஞாயிறில் போரடிக்கும்தானே? அந்த நேரத்தில், ஜீ டிவி தனது சீரியல்களை ஒளிபரப்ப ஆரம்பித்தது.

இதனால், ஸ்டார் ப்ளஸ்ஸின் சூப்பர் ஹிட் தொடர்களுடன், ஜீ டிவி நேரடியாகப் போட்டியிடவேண்டிய அவசியமே ஏற்படவில்லை. தங்களுக்கென்று ஒரு தனி மார்க்கெட்டை அவர்கள் உருவாக்கிக்கொண்டுவிட்டார்கள்.

ஜீ டிவியின் இந்த சீரியல்கள் அனைத்தும், பெரிய வெற்றி அடைந்தவை என்று சொல்லமுடியாது. பெரும்பாலானவை, மிகச் சுமாராகத்தான் சென்றுகொண்டிருந்தன, ஒன்றிரண்டு 'ஹிட்'களும் உண்டு, 'சூப்பர் ஹிட்' என்று எதுவும் இல்லை.

ஆனால், அதைப்பற்றி சுபாஷ் சந்திரா பெரிதாக அலட்டிக் கொள்ளவில்லை. 'க்ரோர்பதி'போல் இன்னொரு சூப்பர் ஹிட் நிகழ்ச்சி ஜீ டிவிக்குக் கிடைப்பது சந்தேகம்தான், அதை நம்பிக் காத்துக்கொண்டிருந்தால், இருப்பதும் போய்விடும்.

சினிமாவில் வருவதுபோல் ஒரே பாட்டில் முன்னேறி ஜெயிப்பது ஒரு சந்தோஷம்தான், பெருமைதான். ஆனால் சுபாஷ் சந்திராவுக்குப் படிப்படியாக முன்னேறி வருகிற திருப்தி பிடித்திருந்தது. சூப்பர் ஹிட்டைத் தேடி நேரத்தை வீணடிக்காமல், இப்போதைக்கு, கைவசம் உள்ள நிகழ்ச்சிகளைச் சிறப்பாக்குவதற்கு, பார்வையாளர் எண்ணிக்கையை அதிகரிப்பதற்கு என்ன செய்வது என்பதைமட்டும் யோசித்தால் போதும் என்று தீர்மானித்தார்.

'கௌன் பனேகா க்ரோர்பதி', பல மெகாசீரியல்களின்மூலம் ஸ்டார் டிவி தனது ரசிகர்களை ஈர்த்துக்கொண்டிருந்த நேரத்தில், ஜீ டிவி இன்னோர் ஆயுதத்தைக் கையில் எடுத்துக்கொண்டது: திரைப்படங்கள்!

அந்தக் காலகட்டத்தில், ஹிந்தியில் தயாராகிக்கொண்டிருந்த பெரும்பாலான புதுப் படங்களின் தொலைக்காட்சி உரிமையை, ஜீ டிவி வாங்கிக்கொண்டது. இதற்காகப் பல லட்சங்கள், கோடிகளைச் செலவழிக்கவும் அவர்கள் தயாராக இருந்தார்கள்.

அதன்பிறகு, ஒவ்வொரு வியாழனும் ஜீ டிவியில் தொடர்ச்சியாக பாலிவுட் புதுப் படங்கள் ரிலீஸ். 'உலகத் தொலைக்காட்சிகளில் முதன்முறையாக' ரேஞ்சுக்குப் பிரமாதமாக விளம்பரம் செய்து, ரசிகர்களை ஈர்த்தார்கள்.

இந்தப் படங்கள் எல்லாமே, ஹிட் என்று சொல்லிவிடமுடியாது. ஆனால், அத்தனையும் லேட்டஸ்ட் படங்கள். அவற்றைத் தியேட்டர்களில் பார்க்காமல் தவறவிட்டவர்கள், ஏற்கெனவே பார்த்து ரசித்தவர்கள் என எல்லோரும், வியாழக்கிழமைகளில் ஜீ டிவி யின்முன் உட்கார்ந்தார்கள்.

தொடர்ந்து புதிய திரைப்படங்களை ஒளிபரப்புவதன்மூலம், ஜீ டிவியின் விளம்பர வருமானமும் அதிகரித்தது. என்னதான் ரேட்டிங்கில் பின்தங்கியிருந்தாலும், ஜீ நிறுவனம் நஷ்டத்தில் மூழ்கிவிடாமல் பார்த்துக்கொள்ளமுடிந்தது.

'கௌன் பனேகா க்ரோர்பதி' ஜுரம் உச்சத்தில் இருந்தபோது, ஜீ அலுவலகம் முழுவதும் சோகம்தான் நிரம்பிக் கிடந்தது. யார் முகத்திலும் நம்பிக்கை இல்லை, நாம் எங்கே போகிறோம் என்று ஒருவருக்கும் தெரியவில்லை. ஏனோதானோ என்றுதான் செயல்பட்டுக்கொண்டிருந்தார்கள்.

இப்படிப் பலர் சோகமாக முடங்கிக் கிடந்தால், அது அந்த அலுவலகத்தின் ஒட்டுமொத்தச் செயல்திறனை பாதிக்கும் என உணர்ந்தார் சுபாஷ் சந்திரா. 'நாம் தோற்கப்போவதில்லை, நிச்சயமாக மீண்டு வருவோம்' என்று திரும்பத் திரும்பச் சொல்லி, ஜீ நிறுவனம் முழுக்கப் பரவியிருந்த எதிர்மறை அதிர்வுகளைக் குறைத்தார்.

முன்பு, அடிக்கடி தலைமை மாறிக்கொண்டிருந்த ஜீ டிவியில், பெரும்பாலானோர் முடிவெடுக்கத் தயங்கினார்கள், தள்ளிப் போட்டார்கள், இதனால், ஸ்டார் ப்ளஸ்ஸின் திட்டங்களுக்கு அவர்களால் ஒழுங்காகப் பதிலடி கொடுக்க முடியவில்லை.

இப்போது, அந்தத் தேக்க நிலைமை மாறியது. 'சுபாஷ் சந்திரா பெரிய ஆள்' என்று அவருடன் பேசத் தயங்கியவர்கள்கூட, அவருடைய மகனுடன் சகஜமாகப் பழகினார்கள். பயம் போய், தைரியமான செயல்பாடுகள், புதிய யோசனைகள் பாயத் தொடங்கின.

அதேநேரம், ஜீ நிறுவனம் ஒரு சில தனி நபர்களை நம்பி இயங்கிக்கொண்டிருப்பதாக சுபாஷ் சந்திராவுக்குத் தோன்றியது. நாளைக்கே அவர்கள் வெளியேறிவிட்டால், அந்தத் திறமைகள்

அனைத்தும் அவர்களோடு பின்னால் போய்விடும், இழப்பு, ஜீ நிறுவனத்துக்குதான்.

'எந்த நிறுவனமும், ஒரு சிலரை நம்பி இயங்கமுடியாது, கூடாது' என்று உறுதியாகச் சொன்ன சுபாஷ் சந்திரா, ஒவ்வொருவரும் தங்களுடைய அறிவு, அனுபவத்தைப் பகிர்ந்துகொள்வதற்கான '*Knowledge Sharing*' வழிமுறைகளை உருவாக்கினார். இதன்மூலம், புதிதாக வருகிறவர்கள் எளிதில் விஷயங்களைக் கற்றுக்கொண்டு செயல்படமுடிந்தது.

அதேபோல், ஜீ நிறுவனத்தில் அப்போது பல சேனல்கள் இருந்தபோதும், அவை ஒவ்வொன்றும் தனித்தனியேதான் இயங்கிக்கொண்டிருந்தன. எல்லோரும் ஒரே குடையின்கீழ் இருக்கிறோம் என்கிற உணர்வே யாருக்கும் இல்லை.

இதனால், ஒவ்வொரு சானலும் தனக்கென்று ஒரு வழிமுறை, செயல்படும் விதத்தைக் கொண்டிருந்தது. ஒரு சேனலைச் சேர்ந்தவர்கள் இன்னொரு சேனல் ஊழியர்களிடம் பேசுவது, பழகுவதுகூட அபூர்வம்.

இந்த நிலைமையை உடனடியாக மாற்றவேண்டும் என்று கருதிய சுபாஷ் சந்திரா, நிறுவனத்தின் நிர்வாகக் கட்டமைப்பையே திருப்பிப் போட்டார். அதுவரை தனித் தீவுகளாக இயங்கிக்கொண்டிருந்த சேனல்கள், இப்போது தங்களுடைய அனுபவங்களை, திறமைகளைப் பகிர்ந்துகொள்ள ஆரம்பித்தன.

அதுமட்டுமில்லை, நிர்வாகம் சார்ந்த பல விஷயங்களை, ஒரே இடத்தில் *(Centralized Administration)* குவித்தார் சுபாஷ் சந்திரா. இதன்மூலம், ஒரே விஷயத்தைத் திரும்பத் திரும்பச் செய்கிற அநாவசியச் செலவுகள், நேர விரயம் தவிர்க்கப்பட்டது.

ஜீ சேனல்கள் ஒவ்வொன்றும், தங்களுடைய நிகழ்ச்சிகளை வெறுமனே உணர்வுபூர்வமாக அன்றி, அறிவியல்பூர்வமாக அணுகத் தொடங்கினார்கள். எந்த நிகழ்ச்சியை எவ்வளவு நேரம் ஒளிபரப்பலாம், எப்போது ப்ரேக் விடலாம், அந்த ப்ரேக் எவ்வளவு நேரம் நீடிக்கலாம், எத்தனை விளம்பரங்கள் வரலாம், எந்த நிகழ்ச்சியில் என்னமாதிரியான விளம்பரங்கள் எடுபடும்... இப்படிச் சகலத்தையும் அலசிக் காயப்போட்டார்கள்.

இதற்குமுன்னால், ஜீ டிவி தனது நிகழ்ச்சிகள் புதுமையாக, சிறப்பாக இருக்கிறதா என்பதில்மட்டும்தான் கவனம் செலுத்திக்கொண்டிருந்தார்கள். ஆனால் இப்போது, அந்த நிகழ்ச்சிகளுக்குப் பின்னால் உள்ள மார்க்கெட்டிங் சமாசாரங்களையும் கவனித்துச் செய்ய ஆரம்பித்தார்கள். பத்திரிகை விளம்பரங்கள், விழாக்கள், மேடை நிகழ்ச்சிகளை ஸ்பான்ஸர் செய்வது என்று தாராளமாகச் செலவழித்து, தங்களுடைய புதிய நிகழ்ச்சிகள், நாடகங்களைப்பற்றிய தகவல்களை மக்களிடம் சென்று சேர்த்தார்கள்.

இப்படிக் கிடைத்த சின்னச் சின்ன வெற்றிகளைக்கூட, ஜீ நிறுவனம் நன்கு கொண்டாடியது. இதன்மூலம், குழு உணர்வு அதிகரித்தது.

புனித் கோயங்காவின் முயற்சியில், ஜீ நிறுவனத்தில் பல இளம் முகங்கள் தென்பட்டன. ஊழியர்களின் சராசரி வயது ஒன்றிரண்டு குறைந்திருந்தது.

இவர்கள் எல்லோருக்கும் சுபாஷ் சந்திரா சொன்ன முக்கியமான அறிவுரை, 'யாரும் டிஆர்பி, டிஆர்பி என்று தேடி அலையாதீர்கள்!'

'TRP' என்றால், *'Television Rating Point'*. தொலைக்காட்சி ரசிகர்கள் எத்தனை பேர் எந்த நிகழ்ச்சியைப் பார்க்கிறார்கள் என்பதன் அடிப்படையில், நாடுமுழுவதும் பிரபலமான நிகழ்ச்சிகள் எவை என்பதைத் தீர்மானிக்கும் கணக்கு இது.

டிஆர்பி ரேட்டிங் உச்சத்தில் இருக்கும் நிகழ்ச்சிகளுக்குதான் விளம்பரதாரர்களின் ஆதரவு குவியும், ஆகவே, அநேகமாக எல்லாத் தொலைக்காட்சி நிகழ்ச்சிகளும், டிஆர்பியை அதிகரிப்பது எப்படி என்பதைத்தான் தங்களுடைய முக்கிய நோக்கமாகக் கொண்டிருக்கும்.

ஒருகாலத்தில், ஜீ டிவியின் அனைத்து நிகழ்ச்சிகளும் நல்ல டிஆர்பி ரேட்டிங் பெற்று முன்னணியில் இருந்தன. ஆனால் இப்போது வெகுவாகப் பின்னுக்குத் தள்ளப்பட்டுவிட்டார்கள்.

'அதனால் பரவாயில்லை, கவலைப்படாதீர்கள்' என்றார் சுபாஷ் சந்திரா, 'நீங்கள் டிஆர்பி ரேட்டிங்கைத் தேடி அலைந்தால்,

அது உங்களை ஏமாற்றிவிட்டு இன்னும் தொலைவுக்குச் சென்றுவிடும்.'

ஜீ நிறுவன ஊழியர்கள் குழம்பிப்போனார்கள், 'இந்த சுபாஷ் சந்திராவுக்கு என்ன ஆச்சு? டிஆர்பிதானே நம் தொழிலுக்கு முக்கியம்? அதைப் புறக்கணித்துவிட்டு நாம் எப்படிப் பிழைக்கமுடியும்?'

'டிஆர்பி ரேட்டிங் முக்கியம்தான். ஆனால், அது ஒன்றே குறியாக இயங்கினால், டென்ஷன்தான் அதிகமாகும், நம்மால் ஜெயிக்கமுடியாது' என்று அவர்களுக்குத் தெளிவுபடுத்தினார் சுபாஷ் சந்திரா, 'இப்போதைக்கு நீங்கள் நம்முடைய நிகழ்ச்சிகளின்மூலம் மக்களைச் சந்தோஷப்படுத்தமுடிகிறதா என்று பாருங்கள், அவர்கள் மகிழ்ச்சியாக இருந்தால், ரேட்டிங் தானாக வரும், நாமாகச் சென்று தேடவேண்டியதில்லை.'

'கடமையைச் செய், பலனை எதிர்பார்க்காதே' வாசனை, பகவத்கீதை படிப்பதுபோல் இருக்கிறதா?

உண்மைதான், ஜீ டிவி தொடங்குவதற்குச் சுமார் ஒரு வருடம்முன்பு, விபாசனா தியானத்தைப் பயிலத் தொடங்கியிருந்தார் சுபாஷ் சந்திரா. அவருடைய குருநாதர், சத்ய நாராயண் கோயங்கா.

கௌதம புத்தர் முன்வைத்த இந்த தியான முறை, சுபாஷ் சந்திராவை வேறொரு மனிதராகத் திசைதிருப்பிவிட்டது, 'விபாசனா, ஒரு மதம் கடந்த உணர்வு' என்று சிலிர்ப்புடன் சொல்லும் அவர், அதன்பிறகு அதிகம் கோபப்படுவதில்லை, தனிமையில், தியானத்தில் நிறைய நேரம் செலவிடுகிறார். வருடத்துக்குப் பதினைந்து நாள் மௌன விரதம்கூட அனுஷ்டிக்கிறார்.

இதனால், இப்போதெல்லாம் அவர் தோல்விக்கு வருந்துவதில்லை, கவலைப்படுவதில்லை, அதேசமயம், ஜெயிக்கும் வெறியும் குறையவில்லை, 'அது என்னுடைய உலகக் கடமை' என்று புன்னகையுடன் குறிப்பிடும் அவர், நேர்மையாகச் சம்பாதிப்பது, அதை நல்ல வழிகளில் செலவிடுவதுதான் மிகப் பெரிய தியானம் என்கிறார்.

விபாசனா தியானத்தைத் தொடர்ந்து, சுபாஷ் சந்திராவின் வாழ்க்கைமுறையும் மாறிவிட்டது. இயற்கையான, எளிமையான உணவு போதும், அப்போதுதான் தெளிவாகச் சிந்திக்கமுடியும் என்கிறார்.

ஆரம்பத்தில், சுபாஷ் சந்திராவின் இந்தப் புதிய முகம், அவருடைய நண்பர்கள், ஊழியர்கள் எல்லோரையும் ஆச்சர்யத்தில் ஆழ்த்தியது. ஆனால், இதை அவர் வெறும் பந்தாவுக்காகச் செய்வதில்லை, உண்மையாக, உணர்வுபூர்வமாக ஈடுபடுகிறார் என்று புரிந்துகொண்டபின் அவர்களும் அவருடைய இந்த மாற்றத்தை மதிக்க, அங்கீகரிக்கத் தொடங்கிவிட்டார்கள்.

தியானத்தின்மூலம் மனத்தை அமைதிப்படுத்திக்கொண்டிருக்கும் சுபாஷ் சந்திரா, தொழில் என்று வந்துவிட்டால்மட்டும் அதே பழைய தீவிரத்துடன் இயங்குகிறார். அவரும் அவருடைய மகன் புனித் கோயங்காவும் ஜீ நிறுவனத்தில் பல அதிரடி மாற்றங்களை முன்னின்று செய்தபிறகுதான், நீண்ட காலத்துக்குப்பிறகு அவர்களுடைய நிகழ்ச்சிகள் 'டாப் 10' பட்டியலில் மீண்டும் இடம்பிடிக்கத் தொடங்கின.

இந்த நூற்றாண்டின் தொடக்கத்தில், ஜீ டிவி தனது நிகழ்ச்சிகள் அனைத்தையும், 'டிஜிட்டல்' முறைப்படி பதிவு செய்து, பக்காவான ஒரு நூலகம் *(Digital Library)* அமைத்தது. இதன்மூலம், அவர்கள் ஒரே நிகழ்ச்சியை வெவ்வேறு நாடுகளில், பலவிதமான ஊடகங்களில் சுலபமாக வழங்கமுடிந்தது.

கிட்டத்தட்ட இதே நேரத்தில், இன்னொரு நவீன தொழில்நுட்பம் ஜீ நிறுவனத்தின் கவனத்தை ஈர்த்தது. அதன் பெயர், *'DTH' (Direct To Home)*.

அதுவரை, இந்தியாவில் சாடிலைட் சேனல்களைப் பார்க்க விரும்புகிறவர்கள் எல்லோரும், உள்ளூர் கேபிள் டிவி ஆபரேட்டர்களைத்தான் நம்பியிருக்கவேண்டும். மாதந்தோறும் அவர்களுக்கு ஒரு தொகையைச் செலுத்திவிட்டு, அவர்கள் தருகிற சேனல்களைமட்டும் பார்க்கலாம், அவ்வளவுதான்.

ஒருகாலத்தில், இந்த கேபிள் டிவி நெட்வொர்க்கை உருவாக்கியவர், வளர்த்தவர் இதே சுபாஷ் சந்திராதான்.

ஆனால் இப்போது, அதைக்காட்டிலும் 'DTH' தொழில்நுட்பம் சிறப்பானது என்று அவருக்குத் தோன்றியது.

'DTH'ல் கேபிள் கிடையாது, ஆபரேட்டர்கள் கிடையாது, விருப்பம் உள்ளவர்கள் ஒரு சின்ன டிஷ் ஆன்டெனா, செட் டாப் பாக்ஸ் வாங்கிப் பொருத்திவிட்டால் போதும், நிகழ்ச்சிகள் நேரடியாக அவர்களுடைய தொலைக்காட்சிக்கே வந்து இறங்கிவிடும். அவர்கள் தங்களுக்குப் பிடித்தமான சேனல்களைமட்டும் கேட்டு வாங்கிக்கொண்டு, அவற்றுக்குமட்டும் பணம் செலுத்தினால் போதும்.

அதுமட்டுமில்லை, 'DTH' முழுக்க முழுக்க டிஜிட்டல் தொழில்நுட்பம் என்பதால், நிகழ்ச்சிகள் துல்லியமாகத் தெரியும், ஒலி, ஒளியில் எந்தப் பிசிறும் இருக்காது.

இதுதவிர, வழக்கமான கேபிள் டிவியில் இல்லாத வேறு பல புது விஷயங்களும், 'DTH' தொழில்நுட்பத்தில் இருந்தன, நமக்குப் பிடித்த திரைப்படங்களை எப்போது வேண்டுமானாலும் ஒளிபரப்பச்சொல்லிக் கேட்கலாம், டிவியிலேயே வீடியோ கேம் விளையாடலாம், பாடம் படிக்கலாம், இன்னும் என்னென்னவோ சவுகர்யங்கள்.

இதனால், நம் நாட்டில் 'DTH' தொழில்நுட்பத்தை அறிமுகப்படுத்தினால், அதற்கு நல்ல வரவேற்பு இருக்கும் என்று சுபாஷ் சந்திராவுக்குத் தோன்றியது. அதற்கான சாத்தியங்களை யோசிக்கத் தொடங்கினார்.

அப்போது இந்தியாவில் யாருக்கும் DTH சேவை வழங்குவதற்கான அனுமதி இல்லை. உண்மையில், 'DTH' போன்ற ஒரு 'திறந்த' தொழில்நுட்பத்தை, நம் நாட்டில் அனுமதிக்கலாமா, வேண்டாமா என்று அரசாங்கம் மிகவும் தயங்கிக்கொண்டிருந்தது.

ஆனால், சுபாஷ் சந்திரா தன்னுடைய முயற்சியைக் கைவிடவில்லை. 'DTH' தொழில்நுட்பத்தால், இந்திய ஊடகத் துறைக்கு, மக்களுக்கு நன்மைதான், தீமை எதுவும் இல்லை என்று திரும்பத் திரும்ப வலியுறுத்திக்கொண்டிருந்தார் அவர்.

சுமார் ஒன்றரை ஆண்டுகள் நீண்ட யோசனைக்குப்பிறகு, மத்திய அரசாங்கம் இறங்கி வந்தது. 2003ம் வருடம் அக்டோபர் 1ம் தேதி,

ஜீ நிறுவனத்துக்கு இந்தியாவில் *DTH* சேவை வழங்குவதற்கான அனுமதி கிடைத்தது.

அடுத்த நாள் (அக்டோபர் 2) காந்தி ஜெயந்தி, ஜீ டிவியின் 'ஹேப்பி பர்த் டே', அன்றைய தினமே, தனது புதிய *DTH* சேவை நிறுவனத்தையும் அறிமுகப்படுத்தினார் சுபாஷ் சந்திரா. அதன் பெயர், 'டிஷ் டிவி' *(Dish Tv)*.

இதன்மூலம், இந்தியாவில் கேபிள் டிவி, *DTH* ஆகிய இரண்டு தொழில்நுட்பங்களிலும் அழுத்தமான ஆதிக்கத்தைப் பெற்றுவிட்டது ஜீ நிறுவனம். இடைத் தரகர்களின் அவசியம் இல்லாமல், அவர்களால் நேரடியாக வாடிக்கையாளர்களை நெருங்கமுடிந்தது, அவர்களைப் புரிந்துகொண்டு, அவர்களுடைய விருப்பங்களுக்கு ஏற்ற நிகழ்ச்சிகளை, சேனல்களை வழங்கமுடிந்தது.

இந்தச் சவுகர்யம், ஜீ டிவியின் மற்ற போட்டியாளர்களுக்கு இல்லை. இதைச் சரியாகப் பயன்படுத்திக்கொண்டால், வருங்காலத்தில் ஜீ நிறுவனம் இன்னும் பெரிய அளவில் வெற்றியடையமுடியும் என்கிறார்கள் நிபுணர்கள்.

இப்போதே, ஜீ நிறுவனத்திடம் பத்துக்கும் மேற்பட்ட சேனல்கள் இருக்கின்றன. அவற்றின் முழுப் பட்டியலை இந்தப் புத்தகத்தின் பின் இணைப்பாகத் தந்திருக்கிறோம்.

இப்படிக் கைவசம் ஏகப்பட்ட சேனல்கள் வைத்திருப்பதில் என்ன நன்மை என்றால், ஜீ நிறுவனம் தனது வளர்ச்சிக்கு ஒரே ஒரு சேனலை நம்பியிருக்கவேண்டியதில்லை, ஒன்று சொதப்பினாலும், இன்னொன்று அவர்களைக் காப்பாற்றிவிடும்.

தனது இந்த பலத்தை, ஜீ நிறுவனம் பிரமாதமாகப் பயன்படுத்திக்கொண்டது. தன்னுடைய போட்டியாளர்களான ஸ்டார், சோனி ஆகிய இரண்டு பெருந்தலைகளையும் அவர்கள் ஜெயித்தது, இதன்மூலமாகத்தான்.

அப்போது ஸ்டார் டிவியிடம் ஏகப்பட்ட சேனல்கள் இருந்தாலும், அவர்களுடைய 'சூப்பர் ஹிட்' சேனல் என்று பார்த்தால், 'ஸ்டார் ப்ளஸ்' ஒன்றுமட்டுமே. மற்றதெல்லாம், சுமார் ரகம்தான்.

இதேபோல், சோனியிடமும், ஒரே ஒரு வெற்றிக் குதிரைதான். மற்ற இந்தியத் தொலைக்காட்சி நிறுவனங்களை எடுத்துக்கொண்டால் நிலைமை இன்னும் மோசம், அவர்களிடம் ஒரு சேனல், மிஞ்சிப்போனால் இரண்டு சேனல்கள், அதற்குமேல் இருக்காது.

இவர்களோடு ஒப்பிடுகையில், சுபாஷ் சந்திராவின் ஜீ நிறுவனம் கொஞ்சம் வித்தியாசமாக அமைந்திருந்தது. ஜீ டிவிதான் அவர்களுடைய மூத்த பிள்ளை, செல்லப் பிள்ளை, காசு சம்பாதிக்கும் பொறுப்பான பிள்ளை. ஆனால் அதேசமயம், ஜீயின் மற்ற சேனல்களையும் குறைசொல்லமுடியாது. அவையும் நல்ல வருமானத்தைக் கொடுத்துக்கொண்டிருந்தன.

இதனால், ஜீ குழுமத்தின் மொத்த வருமானத்தில், கணிசமான ஒரு பகுதி (சுமார் 20%)மட்டுமே ஜீ டிவியிலிருந்து வந்துகொண்டிருந்தது. மிச்சமிருக்கும் 80% மற்ற துண்டு துக்கடா சேனல்களின் பங்களிப்பு.

இப்போது சொல்லுங்கள், இந்த வீட்டில், குடும்பத் தலைவர் மட்டும் மாதம் பத்தாயிரம் ரூபாய் சம்பாதிக்கிறார், பக்கத்து வீட்டில், கணவன், மனைவி, மகன், மகள் எல்லோரும் ஆளுக்கு ஐந்தாயிரம் ரூபாய் சம்பாதிக்கிறார்கள், இரண்டில் யார் அதிகப் பணக்காரர்கள்?

இதே கணக்குதான், ஸ்டார் ப்ளஸ், சோனி என்டர்டெய்ன்மென்ட் டெலிவிஷன் ஆகிய சேனல்கள், ஜீ டிவியை முந்தினாலும்கூட, ஒட்டுமொத்த வருமானம் என்று பார்த்தால், ஜீ குழுமம் ஜெயித்துவிட்டது.

சுபாஷ் சந்திரா அதோடு நிற்கவில்லை, கொஞ்சம் கொஞ்சமாக மீண்டும் தொழில்முறை மேலாளர்கள், நிர்வாகிகளைக் கொண்டுவந்தார். ஜீ குழுமத்தின் செயல்பாடுகளை ஒழுங்குபடுத்தினார், நிகழ்ச்சிகளின் தரத்தை, வருமானத்தை மேலும் உயர்த்தினார்,

இதனால், சீக்கிரத்திலேயே சோனியை மிஞ்சி, ஜீ டிவி இரண்டாம் இடத்தைப் பிடித்தது. அதுவரை, ஜீ டிவியை அலட்சியமாகப் பார்த்துக்கொண்டிருந்த ஸ்டார் ப்ளஸ் குழுவினர், இப்போது கவலையோடு கவனிக்க ஆரம்பித்தார்கள்.

'நாங்கள், ரொம்ப நாள் இரண்டாம் இடத்தில் இருக்க விரும்பவில்லை' என்றார் சுபாஷ் சந்திரா, 'ஸ்டார் ப்ளஸ், ஆறு வருடமாக முதல் இடத்தில் ஆதிக்கம் செலுத்திவிட்டது, போதாதா?'

கொஞ்சம் கொஞ்சமாக, ஜீ டிவியும், அதன் ஒட்டுமொத்த நெட்வொர்க்கும் ஸ்டாருக்குக் கடும் போட்டி தரத் தொடங்கியது. இவர்களுக்கு நடுவிலான இடைவெளி குறைந்து, ஒருகட்டத்தில் இருவரும் சரிசமமாக நின்றார்கள், சுபாஷ் சந்திரா மீண்டு வருவதை எல்லோரும் ஆச்சர்யத்துடன் பார்த்தார்கள்.

ஹிந்தி பொழுதுபோக்கு சேனல்கள் பிரிவில், 2004ம் ஆண்டு ஜீ டிவியைத் தேர்ந்தெடுத்த ரசிகர்கள், வெறும் 13 சதவிகிதம்தான், 2006ல் அது 21 சதவிகிதமாக உயர்ந்தது, அடுத்த வருடமே, 23%.

ஜீ டிவியின் இந்த வளர்ச்சியால், பெரிதும் பாதிக்கப்பட்டது சோனி தொலைக்காட்சிதான். அதேசமயம், கணிசமான ஸ்டார் ப்ளஸ் ரசிகர்களையும் தன்பக்கம் ஈர்த்துக்கொண்டது ஜீ டிவி.

இதன்மூலம், ஜீ டிவி ஹிந்தி பொழுதுபோக்கு சேனல்களில் முதல் இடத்தை மீண்டும் பிடித்தது. ரசிகர்கள் ஆதரவு, விளம்பர வருமானம் என எல்லாவிதத்திலும் அவர்கள்தான் 'நம்பர் 1' என்பதை எல்லோரும் ஒப்புக்கொண்டுவிட்டார்கள்.

சுபாஷ் சந்திராவின் ஆறு வருடப் போராட்டத்தில், இறுதி வெற்றி அவருக்குத்தான். இழந்த பெருமையை, நம்பிக்கையோடு போராடித் திரும்பப் பெற்றுக்கொண்ட அவரை, இந்தியத் தொழில் உலகமே ஆச்சர்யத்தோடு பார்த்தது.

ஆனால் இப்போதும், சுபாஷ் சந்திரா பெரிதாகக் கொண்டாட்டங்களில் இறங்கவில்லை. காரணம் கேட்டால், 'இந்த வெற்றியைக் காப்பாற்றிக்கொள்ளவேண்டுமே, அந்தப் பொறுப்பு மிகப் பெரியது' என்கிறார் அமைதியாக.

தொலைக்காட்சி ரசிகர்கள், எந்த நேரத்தில் என்ன செய்வார்கள் என்பதை யாராலும் ஊகிக்கமுடியாது. நாம் கொஞ்சம் அசந்தாலும், ஒரே வாரத்தில் 'நம்பர் 1' நாற்காலி இன்னொருவருக்குச் சென்றுவிடும்.

ஆகவே, இந்த ஆறு வருடங்களில் ஜீ டிவி எதையெல்லாம் சரியாகச் செய்து வெற்றி பெற்றதோ, அதே விஷயங்களைத் தொடர்ந்து செய்யவேண்டும் என்று விரும்புகிறார் சுபாஷ் சந்திரா. அதேபோல், முன்பு செய்த தவறுகளையும் திரும்பச் செய்துவிடாமல், முன்னேறிக்கொண்டே இருப்பதில்மட்டும் கவனம் வைத்திருக்கவேண்டும், சுபாஷ் சந்திரா தனது ஊழியர்களுக்குச் சொல்லும் முக்கியமான அறிவுரை இதுதான்!

16. லொள்ளு சபா

ஒரு காலத்தில், பையன்கள் தெருவில் கிரிக்கெட் விளையாடிக்கொண்டிருந்தால், அப்பா, அம்மாக்களிடம் திட்டு விழும், 'எந்நேரமும் எதுக்குடா விளையாட்டு? போய் ஒழுங்காப் படிச்சு உருப்படற வழியைப் பாரு.'

ஆனால் இந்தக் காலப் பெற்றோர், அப்படியெல்லாம் திட்டுவதில்லை, சொல்லப்போனால் பையன்கள் கிரிக்கெட் ஆடும்போது, இன்னும் நன்றாக விளையாடச்சொல்லி ஊக்குவிக்கிறார்கள்.

காரணம், இந்தத் துறையில் புழங்கும் பணம். விளையாட்டுக்கு, விளம்பரங்களுக்கு என ஒவ்வொரு கிரிக்கெட் வீரரும் கோடிக்கணக்கில் சம்பாதிக்கிறார்கள்.

இத்தனை பணம், எங்கிருந்து வருகிறது?

கிரிக்கெட் விளையாடுகிற வீரர்களின் சட்டையில் அச்சிடப்படும் லோகோவில் தொடங்கி, மைதான டிக்கெட், அங்கே வைக்கப்படும் விளம்பரங்கள், இடைவேளையின்போது வழங்கப்படும் பானங்கள், நேரடி ஒளிபரப்பு, மறைமுக ஒளிபரப்பு என ஒவ்வொன்றிலும் பணம் விளையாடுகிறது. குறிப்பாக, இந்திய கிரிக்கெட்மூலம் தொலைக்காட்சி நிறுவனங்கள்

சம்பாதிக்கிற பணம்மட்டும், வருடத்துக்கு இரண்டாயிரம் கோடி ரூபாயைத் தாண்டுகிறது.

இரண்டாயிரம் கோடி என்றால், இரண்டு போட்டு, பின்னால் பத்து சைபர். இத்தனை பெரிய தொகையை, யார் யாரோ சம்பாதிக்கிறார்கள், சுபாஷ் சந்திராவுக்குமட்டும் அந்த ஆசை இருக்காதா என்ன?

ஜீ டிவி ஸ்டாருடன் முதல் இடத்துக்குச் சண்டை போட்டுக்கொண்டிருந்த காலத்திலேயே, சுபாஷ் சந்திராவுக்கு இந்த யோசனை தோன்றிவிட்டது. அவர்கள் க்ரோர்பதியை மையமாக வைத்து மற்ற நிகழ்ச்சிகளை 'ப்ரமோஷன்' செய்வதுபோல், நாமும் கிரிக்கெட்டை வைத்துக்கொண்டு ஜீ டிவியை முன்னுக்குக் கொண்டுவரலாம் என்று திட்டம் போட்டார்.

2000ம் ஆண்டு, சர்வதேச கிரிக்கெட் கவுன்சில் ஐசிசி (ICC), உலகம்முழுவதும் கிரிக்கெட் நிகழ்ச்சிகளைப் பதிவு செய்து ஒளிபரப்புவதற்கான விண்ணப்பங்களை வரவேற்றது. ஜீ நிறுவனத்தின் சார்பில், 600 மில்லியன் டாலர்களுக்கு விண்ணப்பித்தார் சுபாஷ் சந்திரா.

அவரோடு இதே ஏலத்தில் பங்கேற்ற மற்ற நிறுவனங்கள் யாரும், கிரிக்கெட்டுக்காக இத்தனை பெரிய தொகையைச் செலவழிக்கத் தயாராக இல்லை. ஆனால், சுபாஷ் சந்திராமட்டும் என்ன செலவானாலும் பரவாயில்லை, திரும்ப எடுத்துவிடலாம் என்கிற உறுதியான நம்பிக்கையில் இருந்தார்.

தவிர, ஸ்டார் ப்ளஸ்ஸின் க்ரோர்பதி தாக்குதலைச் சமாளிக்கவேண்டுமானால், இதுபோல் அதிரடியாக ஏதாவது செய்தால்தான் உண்டு. அதனால்தான், 600 மில்லியன் டாலர்கள் என்று பெருந்தொகையை அள்ளிவிட்டிருந்தார். சர்வதேச கிரிக்கெட் ஒளிபரப்பு உரிமையை ஐசிசி தனக்குதான் கொடுக்கும் என்று பெரிதும் நம்பிக்கொண்டிருந்தார் சுபாஷ் சந்திரா.

ஆனால், அவருடைய கனவு பலிக்கவில்லை. ஐசிசி வேறொரு நிறுவனத்தைத் தேர்ந்தெடுத்துவிட்டது.

ஏன்? அவர்கள் சுபாஷ் சந்திராவைவிட அதிகத் தொகை தருவதாகச் சொன்னார்களா?

அதுதான் இல்லை. அந்த நிறுவனத்திடம் வெறும் 550 மில்லியன் டாலர்களைப் பெற்றுக்கொண்டு, ஐசிசி அவர்களுக்குச் சர்வதேச கிரிக்கெட் ஒளிபரப்பு உரிமையைக் கொடுத்துவிட்டார்கள்.

600 பெரியதா? 550 பெரியதா? நாலாங்கிளாஸில் கற்றுத்தருகிற இந்தச் சின்ன கணக்குக்கூட ஐசிசி புண்ணியவான்களுக்குத் தெரியாதா? சுபாஷ் சந்திராவுக்கு எரிச்சல் தாங்கவில்லை.

அவருடைய குமுறலை, ஐசிசி கண்டுகொள்ளவில்லை. 'கிரிக்கெட்டின் வருங்கால நலன் கருதி, நாங்கள் இந்த முடிவை எடுத்தோம்' என்று ஒருமாதிரியாகப் பூசி மெழுகிவிட்டார்கள்.

ஏமாற்றத்தைத் தாங்கிக்கொள்ளமுடியாத சுபாஷ் சந்திரா, இதை எதிர்த்து நம்மால் ஏதாவது செய்யமுடியுமா என்று யோசித்தார், பல மாற்றுத் திட்டங்களைச் சிந்தித்துப் பார்த்தார்.

ஆனால் அன்றைக்கு, உலக கிரிக்கெட் முழுவதும் ஐசிசியின் கட்டுப்பாட்டில்தான் இருந்தது. அவர்களைப் பகைத்துக்கொண்டு, ஜீ நிறுவனத்தால் எதுவும் பெரிதாகச் செய்துவிடமுடியாது. கோபத்தைக் கட்டுப்படுத்திக்கொண்ட சுபாஷ் சந்திரா, வேறொரு நல்ல வாய்ப்புக்காகக் காத்திருந்தார்.

நான்கு வருடங்கள் கழித்து, 2004ல் இந்திய கிரிக்கெட் வாரியம் (BCCI), இந்திய அணி விளையாடும் போட்டிகளை ஒளிபரப்புகிற உரிமைக்கான ஏலத்தை அறிவித்தது. இந்தமுறையும், சுபாஷ் சந்திராதான் வரிசையில் முதலாவதாக நின்றார், அவருடைய ஏலத்தொகை, 260 மில்லியன் டாலர்கள்.

மீண்டும், சுபாஷ் சந்திராவின் ஏலத்தொகைதான், மற்ற எல்லா நிறுவனங்களையும்விட அதிகமாக இருந்தது. எப்படியாவது இந்தமுறை ஜெயித்துவிடவேண்டும் என்று முன்பைவிடக் கூடுதல் வெறியுடன் காத்திருந்தார் அவர்.

ஏலம் முடிவடைந்தது. மிக அதிகத் தொகைக்கு ஏலம் கேட்டிருந்த ஜீ நிறுவனத்துக்கு, இந்திய அணியின் கிரிக்கெட் போட்டிகளை ஒளிபரப்பும் உரிமை வழங்கப்பட்டது. இதற்காக, அவர்கள்

இருபது மில்லியன் டாலர் முன்பணம் செலுத்தவேண்டும் என்றது பிசிசிஐ.

இருநூற்று அறுபது மில்லியன் செலவழிக்கத் தயாராக இருக்கிறவர்களுக்கு, இருபது மில்லியனா பிரச்னை? உடனடியாக அந்தத் தொகையைச் செலுத்தி, கிரிக்கெட் ஒளிபரப்பு உரிமையை முறைப்படி பெற்றுக்கொண்டது ஜீ நிறுவனம்.

அவ்வளவுதான், சுபாஷ் சந்திராவுக்குப் பாராட்டுகள் வந்து குவிந்தன. இந்தியப் பொழுதுபோக்கை அவர் இன்னொரு தளத்துக்குக் கொண்டுசென்றதுபோல், கிரிக்கெட்டையும் அவர் முன்னேற்றப்போகிறார், இன்னும் என்னென்னவோ ஆச்சர்யங்கள் காத்திருக்கின்றன என்றெல்லாம் பத்திரிகைகள் புகழ்ந்து தள்ளினார்கள்.

சுபாஷ் சந்திரா தனக்கு வந்திருந்த வாழ்த்துப் பூங்கொத்துகளை வாங்கி அடுக்கிக்கொண்டிருந்த அதே நேரத்தில், ஏலத்தில் தோல்வியடைந்த இன்னொரு நிறுவனம் *(ESPN - Star Sports)* நேராக நீதிமன்றத்துக்குச் சென்றுவிட்டது, 'இந்த ஏலத்தில் ஜீ நிறுவனம் வெற்றி பெற்றது செல்லாது.'

ஏன் செல்லாது? இருப்பதிலேயே அதிகத் தொகை தருவதாகச் சொன்னவர்களுக்கு ஏலத்தை வழங்குவதுதானே முறை?

அங்கேதான் பிசிசிஐ ஒரு சின்னத் தப்பு செய்திருந்தது. விதிமுறைகளின்படி, கிரிக்கெட் ஒளிபரப்பில் ஏற்கெனவே முன் அனுபவம் உள்ளவர்கள்தான், இந்த ஏலத்தில் கலந்துகொள்ளமுடியும்.

அதன்படி பார்த்தால், ஜீ நிறுவனம் இதுவரை கிரிக்கெட் நேரடி ஒளிபரப்பெல்லாம் செய்தது கிடையாது, ஆகவே, அவர்கள் இந்த ஏலத்தில் கலந்துகொண்டதே தப்பு. அவர்களுக்கு இந்த உரிமை தரப்பட்டது அதைவிடப் பெரிய தப்பு.

சுபாஷ் சந்திரா நொந்துபோய்விட்டார், என்னய்யா விளையாடுகிறீர்களா? ஐசிசி, பிசிசிஐ என்று யாரும் எங்களுக்குக் கிரிக்கெட் ஒளிபரப்பு உரிமையைத் தரமாட்டேன் என்கிறீர்கள், அப்புறம் எங்கிருந்து அனுபவம் வரும்?

புதிதாக வேலை தேடிச் செல்கிறவர்களிடம், 'முன் அனுபவம் இருக்கிறதா?' என்று ஒவ்வொருவரும் கேட்டுக் கேட்டு அவர்களை நிராகரித்துக்கொண்டிருந்தால், அவர்களுக்கு வாழ்நாள்முழுக்க வேலை கிடைக்காது, தன்னுடைய நிலைமையும் அதுபோல் ஆகிவிடுமோ என்று சுபாஷ் சந்திராவுக்குக் கவலையாகிவிட்டது.

இதில் வேடிக்கை என்னவென்றால், ஜீ நிறுவனத்துக்குக் கிரிக்கெட் ஒளிபரப்பு அனுபவம் கிடையாது என்று கோர்ட்டுக்குப் போனார்களே, அந்த ஈஎஸ்பிஎன் ஸ்டார் நிறுவனத்துக்கும் இந்த ஒளிபரப்பில் துளி அனுபவம் கிடையாது. அவர்கள் எப்போதெல்லாம் கிரிக்கெட் போட்டிகளை ஒளிபரப்பவேண்டுமோ, அப்போதெல்லாம், இந்தத் துறையில் 'ஸ்பெஷலிஸ்ட்'களாக இருக்கும் சில தொழில்முறைக் கலைஞர்களை ஒப்பந்த அடிப்படையில் இணைத்துக்கொள்வார்கள்.

அதன்பிறகு, போட்டிகளைப் பதிவு செய்வது, வர்ணனை, மற்ற சமாசாரங்களை இணைத்து வழங்குவது எல்லாமே அவர்கள்தான், ஈஎஸ்பிஎன் ஸ்டார் நிறுவனம் அதை வாங்கித் தன்னுடைய சேனலில் ஒளிபரப்பினால் போதும்.

புரியும்படி சொல்வதானால், நமக்குச் சமைக்கத் தெரியாது என்பதற்காக, நம் வீட்டில் விருந்துச் சாப்பாடு போடமுடியாது என்று அர்த்தம் இல்லை. ஒரு சமையல்காரரை அழைத்துப் பொறுப்பை ஒப்படைத்துவிட்டால், அவர் எல்லா வேலைகளையும் செய்து ஜமாய்த்துவிடுவார்.

அதுபோல, ஈஎஸ்பிஎன் ஸ்டார் நிறுவனத்துடன் பணிபுரிகிற அதே கிரிக்கெட் ஒளிபரப்பு நிபுணர்களுடன், ஜீ நிறுவனம் ஓர் ஒப்பந்தம் செய்துகொண்டுவிட்டால் போதும், அனுபவமும் தேவையில்லை, ஆரஞ்சுப்பழமும் தேவையில்லை.

இந்த விஷயம், எல்லோருக்கும் நன்றாகத் தெரிந்திருந்தது. ஆனால் யாரும், ஜீ நிறுவனத்துக்கு ஆதரவாகப் பேசவில்லை. சுபாஷ் சந்திரா ஈஎஸ்பிஎன் - ஸ்டார்மீது பாய்ந்தார், அவர்கள் இவரைத் திட்டித் தீர்த்தார்கள், இருவரும் சேர்ந்து, பிசிசிஐ தலைவர் ஜக்மோகன் டால்மியாமீது குற்றம் சாட்டினார்கள்.

மொத்தத்தில், அசிங்கமான சண்டை. விஷயம் நீதிமன்றத்துக்குச் சென்றுவிட்டது.

சுபாஷ் சந்திராவுக்கு, இந்தியச் சட்டங்கள், நீதிமன்றங்கள்மீது நம்பிக்கை இருந்தது. நியாயம் தன்பக்கம் இருப்பதால், கோர்ட்டில் தனக்குச் சாதகமாகத்தான் தீர்ப்பு வரும் என்று உறுதியாக நம்பினார்.

ஆகவே, இந்த வழக்கு விசாரணை நடைபெறுகிற நாள்களிலெல்லாம், சுபாஷ் சந்திரா நேரில் நீதிமன்றத்துக்குச் சென்றார். அங்கே உட்கார்ந்தபடி, இருதரப்பு வாதங்களையும் கவனமாகக் கேட்டுக் குறிப்புகள் எடுத்துக்கொண்டிருந்தார்.

இந்த விஷயத்தில் அவர் தீவிரமாக இருக்கிறார் என்று தெரிந்ததும், அவருக்குத் தொலைபேசி வழியே மிரட்டல்களெல்லாம் வந்தன, 'ஒழுங்காக ஒதுங்கிக்கொள், இல்லாவிட்டால்...' என்கிற ரீதியில் அந்த ஊர்ப் பட்டாக்கத்தி பைரவன்கள் ஹிந்தியில் மிரட்டினார்கள்.

அப்போதும், சுபாஷ் சந்திரா அசரவில்லை, பின்னே? ஒதுங்குவதற்காகவா இவ்வளவு நாளாகப் பாடுபட்டார் அவர்?

சுபாஷ் சந்திரா நினைத்ததுபோல், அந்த வழக்கு முறைப்படி நடந்திருந்தால், கிரிக்கெட் ஒளிபரப்பு உரிமை அவருக்குத்தான் என்று தீர்ப்பாகியிருக்கும். ஆனால் அதற்குள், பிசிசிஐ முந்திக்கொண்டு, இந்த ஏலத்தை ரத்து செய்வதாக அறிவித்துவிட்டது.

கிரிக்கெட் விஷயத்தில், சுபாஷ் சந்திராவுக்கு இரண்டாவது பெரிய ஏமாற்றம் இது. சென்றமுறையைவிட, இப்போது வலி அதிகமாக இருந்தது.

காரணம், இந்த கிரிக்கெட் ஒளிபரப்பு உரிமை தனக்குதான் கிடைக்கும் என்கிற நம்பிக்கையில், 'ஜீ ஸ்போர்ட்ஸ்' *(Zee Sports)* என்ற புது சேனலைத் தொடங்கியிருந்தார் சுபாஷ் சந்திரா. இப்போது, கிரிக்கெட் இல்லை என்றாகிவிட்டதால், அந்தச் சேனல் தடுமாற ஆரம்பித்தது. 'பரவாயில்லை, நான் மற்ற விளையாட்டுகளில் கவனம் செலுத்துகிறேன்' என்று

அறிவித்தார் சுபாஷ் சந்திரா. ஆனால், எவ்வளவோ முயன்றும், இந்த ஏமாற்றத்தை, இழப்பை அவரால் மறைக்கமுடியவில்லை.

உலகத்தில், கிரிக்கெட் தவிர வேறு பல விளையாட்டுகள் இருக்கலாம். ஆனால், இந்தியாவைப் பொறுத்தவரை, கிரிக்கெட்தான் எல்லாம், கிரிக்கெட் இல்லாத ஒரு விளையாட்டு சேனல், வெறும் வெத்துவேட்டு, அவ்வளவுதான்!

சுபாஷ் சந்திராவும் என்னென்னவோ முயன்று பார்த்தார், இந்திய கால்பந்து ஃபெடரேஷனுடன் கூட்டணி அமைத்துக்கொண்டு, பத்து வருடங்கள் கால்பந்துப் போட்டிகளை ஒளிபரப்பும் உரிமை பெற்றார். வேறு பல உள்ளூர், வெளிநாட்டுப் போட்டிகளையும், இந்தியாவில் பிரபலப்படுத்த முயன்றார். எதிலும் பைசா பெயரவில்லை.

கடைசியில், மறுபடியும் கிரிக்கெட்டுக்கே வந்து நின்றார் சுபாஷ் சந்திரா. எப்படியாவது, கிரிக்கெட் ஒளிபரப்பு அனுபவத்தைப் பெற்றுவிடவேண்டும் என்பதற்காக, துபாயைச் சேர்ந்த 'டென் ஸ்போர்ட்ஸ்' *(Ten Sports)* நிறுவனத்தில் பெரும்பான்மைப் பங்குகளை வாங்கிப்போட்டார் அவர்.

கிட்டத்தட்ட இதே நேரத்தில், இன்னொரு கிரிக்கெட் ஒளிபரப்பு ஏலம் வந்தது, 2006ம் ஆண்டில் தொடங்கி, அடுத்த ஐந்து ஆண்டுகளுக்கு கிரிக்கெட் போட்டிகளை ஒளிபரப்புவதற்கான ஏலம் இது.

தன் முயற்சியில் சற்றும் தளராத விக்கிரமாதித்தனாக, சுபாஷ் சந்திரா மீண்டும் போட்டியில் இறங்கினார், இந்தமுறை, மிகக் கவனமாக அவர் ஒரு வேலை செய்திருந்தார், கிரிக்கெட் ஒளிபரப்பில் முன் அனுபவம் கொண்ட சில நிபுணர்களைத் தன்னுடைய குழுவில் இணைத்துக்கொண்டிருந்தார். அவர்களுடைய ஆலோசனையின் பேரில், ஜீ நிறுவனத்தின் விண்ணப்பம் தயாரானது.

ஆனால், கடைசி நேரத்தில், சுபாஷ் சந்திராவுக்கு அதிர்ச்சியளிக்கும் ஒரு விஷயம் நடந்தது. இதுவரை அவருக்கு உதவிக்கொண்டிருந்த கிரிக்கெட் ஒளிபரப்பு நிபுணர்கள், தனியே பிரிந்து சென்று ஒரு புதிய சேனல் தொடங்கிவிட்டார்கள்.

அந்தப் புதிய சானலின் பெயர், 'நியோ ஸ்போர்ட்ஸ்' (Neo Sports). இதனை உருவாக்கிய 'நிம்பஸ்' (Nimbus) நிறுவனம், இதே கிரிக்கெட் ஒளிபரப்பு உரிமையைப் பெறுவதற்காகத் தனியே (அதாவது, ஜீ நிறுவனத்தை எதிர்த்து) விண்ணப்பம் செய்தது.

அவ்வளவுதான். சுபாஷ் சந்திராவின் இறுதி நம்பிக்கையும் தகர்ந்து விட்டது. நிம்பஸ் நிறுவனத்தின் கடைசி நேரத் துரோகத்தால், ஜீ நிறுவனம் இந்த ஏலத்திலும் தோற்றுப்போய்விட்டது.

சாதாரணமாக, சுபாஷ் சந்திரா தோல்விகளுக்குக் கலங்குகிறவர் இல்லை. நான்கு லட்ச ரூபாய் கடனோடுதான் அவருடைய பிஸினஸ் வாழ்க்கை தொடங்கியது, அதன்பிறகும், பல போட்டிகளைச் சமாளித்து, பூஜ்ஜியத்துக்குப் பக்கத்தில் போகும் அளவுக்குச் சரிந்து, நிமிர்ந்து, எழுந்து வந்தவர்தான் அவர்.

ஆனால், இந்த கிரிக்கெட் விஷயத்தில்மட்டும், தான் திரும்பத் திரும்ப அநியாயமாகத் தோற்கடிக்கப்படுகிறோம் என்று அவருக்குத் தோன்றிவிட்டது. எல்லாம் முறைப்படி நடந்திருந்தால், 2000, 2004, 2006 மூன்று ஏலங்களும் தனக்குதான் கிடைத்திருக்கவேண்டும் என்று உறுதியாக நம்பினார் அவர்.

அவர்மட்டும் நம்பி என்ன புண்ணியம்? மற்றவர்கள் நம்பவேண்டுமே, முக்கியமாக ஐசிசி, பிசிசிஐ போன்ற கிரிக்கெட் அமைப்புகள் மனது வைத்தால்தானே சுபாஷ் சந்திராவுக்குக் கிரிக்கெட் ஒளிபரப்பு உரிமை கிடைக்கும்?

ஏன்? கிரிக்கெட் என்றாலே, ஐசிசியும் பிசிசிஐயும்தானா? இந்த இரண்டையும் விட்டு, வேறொரு கிரிக்கெட்டை நாமாக உருவாக்கினால் என்ன?

அதாவது, நீ உன் கிரிக்கெட்டை ஒளிபரப்பும் உரிமையை எனக்குத் தராவிட்டால் பரவாயில்லை, நான் தனியே கிரிக்கெட் போட்டிகளை நடத்திக்கொள்கிறேன், அதை என் டிவியில் ஒளிபரப்புவேன், உனக்கும் பெப்பே, உங்கப்பனுக்கும் பெப்பே!

கேட்பதற்கு நன்றாகத்தான் இருக்கிறது. நிஜத்தில் ஒத்துவருமா?

'வழக்கமான' கிரிக்கெட்டுக்கு மாற்றாக, ஒரு புதிய கிரிக்கெட்டை உருவாக்கிவிடமுடியும், அதன்மூலம் தனது 'ஜீ ஸ்போர்ட்ஸ்'

சேனலைப் பிரபலப்படுத்திவிடமுடியும் என்று சுபாஷ் சந்திரா நம்பிக்கையோடு இருந்தார். அதற்குக் காரணம், பல ஆண்டுகளுக்குமுன்னால், இந்த விஷயத்தில் அவருக்கு ஒரு முன்னோடி இருக்கிறார்!

*1975*ம் வருடம்தான், கிரிக்கெட் உலகக் கோப்பை என்கிற சமாசாரம் முதன்முறையாக அறிமுகமானது, அதன்மூலம், உலக அளவில் ஒருநாள் போட்டிகள் பிரபலமடைய ஆரம்பித்தன.

இதற்கு இரண்டு ஆண்டுகள் கழித்து, சர்வதேச கிரிக்கெட் உலகம் ஒரு புதிய சர்ச்சையைச் சந்தித்தது. இதன் பின்னணியில் இருந்தவர், கெர்ரி பெக்கர் *(Kerry Packer)* என்ற ஓர் ஆஸ்திரேலியர்.

இதில் விநோதமான விஷயம் என்னவென்றால், இவருக்கும் கிரிக்கெட்டுக்கும் நேரடிச் சம்பந்தமே கிடையாது. ஆனால், அந்தக் காலகட்டத்தில் ஆஸ்திரேலிய கிரிக்கெட்டின் மிக முக்கியமான பிரமுகர்களில் ஒருவராகக் கருதப்பட்டவர் இந்த 'பிஸினஸ்' புள்ளி.

'சேனல் நைன்' *(Channel Nine)* என்ற தொலைக்காட்சி நிறுவனத்தை நடத்திக்கொண்டிருந்த கெர்ரி பெக்கர், ஆஸ்திரேலிய அணி விளையாடும் அனைத்துப் போட்டிகளும், தன்னுடைய சானலில்மட்டுமே ஒளிபரப்பாகவேண்டும் என்று கோரிக்கை விடுத்தார். ஆனால், ஆஸ்திரேலிய கிரிக்கெட் போர்ட் இதனை ஏற்க மறுத்துவிட்டது. எரிச்சலடைந்த பெக்கர், அவர்களை வேறு வழியில் தாக்கத் தீர்மானித்தார்.

அப்போதெல்லாம், கிரிக்கெட் போட்டிகளை நடத்துகிற அமைப்புகள், நன்றாகச் சம்பாதித்துக்கொண்டிருந்தன. ஆனால், அதில் சிறு பங்குகூட, கிரிக்கெட் வீரர்களுக்குச் சென்று சேரவில்லை. இதனால், வீரர்களில் பெரும்பாலானோர், இதைமட்டும் முழுமையாக நம்பிப் பிழைக்கமுடியவில்லை. வேறொரு வேலை / தொழிலில் ஈடுபட்டுதான் புவ்வாவுக்கு வழி தேடவேண்டியிருந்தது.

இதைக் கவனித்த பெக்கர், 'இது என்ன அநியாயம்? கஷ்டப்பட்டு விளையாடுபவர்களைப் பட்டினி போட்டுவிட்டு, இந்த நிர்வாக அமைப்புகள்மட்டும் கொழித்துக்கொண்டிருப்பது கொஞ்சமும்

சரியில்லை', என்று பகிரங்கமாக விமர்சித்தார். இதற்கு ஒரு மாற்று ஏற்பாடு செய்யப்போவதாகவும் அவர் அறிவித்தபோது, அதற்குப் பல அணிகளைச் சார்ந்த பிரபல வீரர்கள் ஆதரவு தெரிவித்தார்கள். விஷயம் மெல்லச் சூடு பிடித்தது.

ஆஸ்திரேலிய அணி விளையாடுகிற கிரிக்கெட் போட்டிகள் அனைத்தையும் தன்னுடைய சேனலில் ஒளிபரப்பவேண்டும் என்று எண்ணிய பெக்கரின் நோக்கம் நிறைவேறவில்லை. ஆகவே, எந்தத் தடையும் இல்லாமல் தன்னால் ஒளிபரப்பமுடிகிறபடி அட்டகாசமாக ஒரு புத்தம்புது போட்டித் தொடரை நடத்தத் தீர்மானித்துவிட்டார் மனிதர்.

அதாகப்பட்டது, 'சர்வதேசக் கிரிக்கெட் கவுன்சிலும், அதன் உப பிரிவுகளும், திறமைசாலி கிரிக்கெட் வீரர்களுக்கு ஒழுங்காகச் சம்பளம் தராமல் ஏமாற்றுகிறார்கள். நான் அவர்களுடைய கவலையைத் தீர்க்க விரும்புகிறேன். அவர்களுக்காகவே இந்தப் புதிய போட்டியை நடத்தப்போகிறேன்', என்று பகிரங்கமாக அறிவித்தார் கெர்ரி பெக்கர்.

உண்மையில், பெக்கருக்குக் கிரிக்கெட்டர்கள்மீது அப்படியொன்றும் பெரிய அக்கறையெல்லாம் இல்லை. 'நிஜ' கிரிக்கெட் போட்டிகளை ஒளிபரப்பும் உரிமை தனக்குக் கிடைக்காத கோபத்தில், ஆஸ்திரேலியக் கிரிக்கெட் வாரியத்துக்கு எரிச்சலூட்டுவதற்காகவே *'WSC' (World Series Cricket)* என்ற பெயரில் இந்த மாற்றுப் போட்டித் தொடரை நடத்தத் திட்டமிட்டார் அவர்.

கெர்ரி பெக்கர் எதிர்பார்த்ததுபோலவே, இந்தச் செய்தியைக் கேட்டதும் ஆஸ்திரேலியாவின் கிரிக்கெட் போர்ட் மட்டுமில்லை, ஐசிசி - சர்வதேசக் கிரிக்கெட் கவுன்சிலே டென்ஷனாகிவிட்டது.

கோபத்தின் உச்சியில், '*WSC* தொடரில் விளையாடுகிறவர்கள் எல்லோரும் குலத்தைக் கெடுக்க வந்த கோடாலிக்காம்புகள். இனிமேல் அவர்களை எந்தச் சர்வதேசப் போட்டிகளிலும் விளையாட அனுமதிக்கமாட்டோம்' என்று அறிவித்துவிட்டது ஐசிசி. இதனால், அதுவரை கெர்ரி பெக்கருக்கு ஆதரவு அளித்துக்கொண்டிருந்த பல முன்னணி கிரிக்கெட் வீரர்கள்

பயந்துபோய், WSC தொடரிலிருந்து விலகிவிடுவார்கள் எனப் பரவலாக எதிர்பார்க்கப்பட்டது. ஆனால், இதற்கெல்லாம் அசராத பெக்கர், 'ஐசிசியின் பயமுறுத்தல் அறிவிப்பு செல்லாது' என்று கோர்ட் படியேறிவிட்டார்.

1977ம் ஆண்டு நடைபெற்ற பரபரப்பான இந்த வழக்கில் ஜெயித்தது கெர்ரி பெக்கர்தான். ஐசிசியுடன் ஒப்பிடுகையில், WSC தொடரில் பங்குபெறும் வீரர்களுக்கு பெக்கர் நிறையச் சலுகைகளை வழங்குகிறார், அதையெல்லாம் பயன்படுத்திக்கொள்ளக்கூடாது என்று யாராலும் அவர்களைக் கட்டுப்படுத்தமுடியாது என்று தெளிவாகச் சொல்லிவிட்டது நீதிமன்றம்.

இதையடுத்து, எந்தத் தடையும் இல்லாமல், WSC தொடருக்கான ஏற்பாடுகளில் மும்முரமானார் கெர்ரி பெக்கர். புதிய போட்டித் தொடரையும், அதனை ஒளிபரப்பவிருக்கும் 'சேனல் நைன்' தொலைக்காட்சியையும் பிரபலப்படுத்துவதற்காக, அதுவரை 'பிளாக் அண்ட் வொய்ட்' பாணியில் பழமையாக விளையாடிக்கொண்டிருந்த கிரிக்கெட் போட்டிகளில், பல புதுமைகளைச் செய்ய முடிவெடுத்தார் அவர்.

உதாரணமாக, சவுக்காரக் கட்டி விளம்பரத் தூதர்கள்போல் எந்நேரமும் வெள்ளையும் சொள்ளையுமாக விளையாடிக்கொண்டிருந்த கிரிக்கெட்டர்களைக் கூப்பிட்டு, எல்லோருக்கும் கலரில் ட்ரெஸ் தைத்துக் கொடுத்தார் கெர்ரி பெக்கர். ஒவ்வோர் அணிக்கும் வெவ்வேறு வண்ணம் என்று இப்போது மிகப் பிரபலமாகிவிட்ட வண்ணமயமான 'யூனிஃபார்ம்' அடையாளங்கள், அப்போதுதான் முதன்முதலாக அறிமுகமாயின.

அடுத்து, அதுவரை நல்ல (பகல் நேர) வெளிச்சத்தில் மட்டுமே விளையாடிக்கொண்டிருந்த கிரிக்கெட் போட்டிகளை, பகல் - இரவு ஆட்டங்களாக மாற்றினார் அவர். பிரகாசமான விளக்கு வெளிச்சத்தில், 'கலர்ஃபுல்' சீருடைகளில் ஆடப்பட்ட இந்தப் போட்டிகள், மக்களைக் கவர்ந்திழுத்தன.

இத்தனைக்கும், இந்தக் காலகட்டத்தில் WSC போட்டிகளைவிட, அதிகாரபூர்வமான, அதாவது, ஐசிசி நடத்துகிற சர்வதேச

ஆட்டங்கள்தான் அதிகம் மதிக்கப்பட்டன, அங்கேதான் அதிக மக்கள் கூட்டமும் வந்து குவிந்தது. ஆனாலும், தனது திறமையான மார்க்கெட்டிங் உத்திகளின்மூலம் புதிய போட்டித் தொடரைப் புகழடையச் செய்வதற்கான முழு முயற்சிகளிலும் இறங்கியிருந்தார் கெர்ரி பெக்கர்.

உண்மையில், இன்றைக்குக் கிரிக்கெட் உலகமும், விளம்பரங்களும் பிரிக்கமுடியாதபடி பின்னிப் பிணைந்திருப்பதற்கான விதையை ஊன்றியவர் கெர்ரி பெக்கர்தான். *'Big Boys Play At Night'* என்ற குறும்பான வாசகத்துடன், *WSC* பகல் - இரவுப் போட்டிகளுக்கான அறிவிப்புகள், விளம்பரங்கள் எல்லா ஊடகங்களிலும் தோன்றின.

ஆனால், வெறுமனே விளம்பரங்களின்மூலம் மக்களைக் கிரிக்கெட் பார்க்கச் செய்துவிட முடியாது என்பது கெர்ரி பெக்கருக்குப் புரியாமல் இல்லை. ஆகவே, அதற்கும் இரண்டு வேலைகள் செய்தார்.

முதலாவதாக, அன்றைக்குக் கிரிக்கெட் விளையாடுகிறவர்களில் மிகத் திறமையான ஆசாமிகளைத் தேடிப் பிடித்து, தன்னுடைய *WSC* தொடருக்கு விளையாடவேண்டும் என்று அவர்களுடன் ஒப்பந்தம் செய்துகொண்டார். இயான் சாப்பல், க்ளைவ் லாய்ட், டோனி க்ரெய்க் உள்ளிட்ட பல பிரபலங்கள் அவர் நடத்தும் போட்டிகளில் கலந்துகொண்டு விளையாடினார்கள்.

இதனால், சர்வதேசக் கிரிக்கெட் போட்டிகளைவிட, நாங்கள் நடத்தும் போட்டிகளில்தான் அதிகத் திறமைசாலிகள் மோதுகிறார்கள், இங்கேதான் சுவாரஸ்யம் அதிகம் என்று வாதிட்டார் கெர்ரி பெக்கர்.

அடுத்து, இந்தப் போட்டிகளை அவர் தனது 'சேனல் நைன்' தொலைக்காட்சியில் ஒளிபரப்பிய விதம் பிரமாதமாக இருந்தது. அங்கேயும் பல்வேறு புதுமைகளை அறிமுகப்படுத்தி, தொலைக்காட்சியில் கிரிக்கெட் பார்ப்பதையே ஒரு தனி அனுபவமாகச் செய்துவிட்டார் அவர்.

உதாரணமாக, ஒருவர் எந்த ரன்னும் எடுக்காமல் ஆட்டமிழந்து விட்டால், அழுதுகொண்டே நடக்கும் ஒரு வாத்தின்

கார்ட்டூனைப் போட்டு, 'டக் அவுட்' என்ற பதத்தைக் கலகலப்பான பிம்பமாக்கியது 'சேனல் நைன்'தான். இதெபோல், கிரிக்கெட் மைதானத்தின் இரு முனைகளிலும் கேமராக்களைப் பொருத்திய பெக்கர், ஆட்டக்காரர்கள் அடிக்கடி முனை மாறி விளையாடுகிறார்கள் என்ற வித்தியாசம்கூடத் தெரியாதபடி தனது ஒளிபரப்புகளை அமைத்தார்.

இப்படிப் பல புதுமைகளால் கவரப்பட்ட மக்கள், 'சேனல் நைன்' வழங்கிய *WSC* ஒளிபரப்புகளை ஆர்வமாகப் பார்க்கத் தொடங்கினார்கள். கொஞ்சம்கொஞ்சமாக இந்தப் போட்டித் தொடரும் ரசிகர்களிடையே புகழ் பெற்று, ஆஸ்திரேலியாவுக்கு வெளியிலும் போட்டிகள் நடைபெறத் தொடங்கின.

பெக்கரின் போட்டித் தொடர் பிரபலமடைந்ததால் ஐசிசிக்குப் புகழ் / லாபம் குறையத் தொடங்கியது. ஏன் வம்பு என்று நினைத்த கிரிக்கெட் வாரியங்கள் அவரோடு சமாதானமாகிப்போய்விடலாம் என்று தீர்மானித்துவிட்டார்கள்,

இதனால், கெர்ரி பெக்கர் விரும்பியதுபோலவே, ஆஸ்திரேலியா விளையாடும் கிரிக்கெட் போட்டிகளை ஒளிபரப்புகிற உரிமை, அவருடைய 'சேனல் நைன்'க்கு வழங்கப்பட்டது. இந்தக் கதையில், கெர்ரி பெக்கரின் பெயரை எடுத்துவிட்டு, சுபாஷ் சந்திரா என்று எழுதிக்கொள்ளுங்கள், இதேபோல், 'சேனல் நைன்'க்குபதில், 'ஜீ ஸ்போர்ட்ஸ்', அவ்வளவுதான் விஷயம்.

அதாவது, ஐசிசி / பிசிசிஐ போன்ற 'அதிகாரபூர்வ'மான கிரிக்கெட் வாரியங்களுக்குப் போட்டியாக, தானும் ஒரு கிரிக்கெட் தொடரை அறிவிக்க முடிவு செய்தார் சுபாஷ் சந்திரா, இதில் பல உள்ளூர் வீரர்கள், வெளிநாட்டுப் பிரபலங்களை வரவழைத்து விளையாடச் செய்தால், அந்தப் போட்டிகளுக்கு நல்ல வரவேற்பு கிடைக்கும், அவற்றை ஜீ ஸ்போர்ட்ஸில் ஒளிபரப்பி, நல்ல லாபம் பார்க்கலாம்.

அதுமட்டுமில்லை, இந்தப் பிரச்னை பெரிதானால், ஐசிசி / பிசிசிஐக்கு ஜுரம் வரும். யார் கண்டது, அவர்களே சுபாஷ் சந்திராவைக் கூப்பிட்டு, எல்லா கிரிக்கெட் போட்டிகளின் உரிமையையும் ஒப்படைத்துவிடலாம்.

பேராசைதான். ஆனால், சுபாஷ் சந்திராவுக்கு வேறு வழி தெரியவில்லை. இனிமேலும் தயங்கிக்கொண்டிருக்காமல், களத்தில் இறங்கத் தீர்மானித்துவிட்டார்.

தன்னுடைய இந்தக் கிரிக்கெட் போட்டிகளுக்கு 'ஐசிஎல்' (ICL - Indian Cricket League) என்று பெயர் சூட்டினார் சுபாஷ் சந்திரா. அதனை மக்கள் மத்தியில் அறிமுகப்படுத்துவதற்குச் சரியான வாய்ப்பைத் தேடிக்கொண்டிருந்தார்.

2007ம் ஆண்டு நடைபெற்ற உலகக் கோப்பைப் போட்டிகளில், நமது இந்திய அணி முதல் சுற்றிலேயே தோல்வி அடைந்து வெளியேறியது. இத்தனை பிரபலங்கள் இருந்தும், நம்மால் அடுத்த சுற்றுக்குக்கூடச் செல்லமுடியவில்லையே என்று மக்கள் நொந்துபோனார்கள், நாடுமுழுவதும் அணி வீரர்களின் கொடும்பாவி எரிப்பது, அவர்களுடைய வீட்டின்மேல் கல் வீசுவது என்று ஏகப்பட்ட கலாட்டா.

இந்த வாய்ப்பை, சுபாஷ் சந்திரா பிரமாதமாகப் பயன்படுத்திக் கொண்டார், 'மக்களே, கவலைப்படாதீர்கள், இந்த அணி அப்படியே ஒருபக்கம் இருக்கட்டும், வருங்கால இந்திய அணியைப்பற்றி நாம் கவலைப்படுவோம், அதற்குதான் நூறு கோடி ரூபாய் செலவில் நாங்கள் இந்த 'ஐசிஎல்'லை அறிமுகப்படுத்துகிறோம்' என்று நைசாக வாழைப்பழத்தில் ஊசி நுழைத்துவிட்டார்.

மக்களும், அப்போது இந்திய அணியின்மீது கோபமாக இருந்தார்கள், ஆகவே, சுபாஷ் சந்திராவின் இந்த அறிவிப்புக்கு நல்ல வரவேற்பு கிடைத்தது.

அந்த ஆரம்பப் பரபரப்பை நழுவவிடாமல், அடுத்தடுத்த தகவல்களை வெளியிட்டார் சுபாஷ் சந்திரா. ஐசிஎல்லின் தலைவராக, முன்னாள் இந்திய அணி கேப்டன் கபில் தேவ் அறிவிக்கப்பட்டார். மேற்கிந்தியத் தீவுகளைச் சேர்ந்த சூப்பர் ஸ்டார் வீரர் பிரையன் லாரா தொடங்கி, பல வெளிநாட்டுப் பிரபலங்கள், உள்ளூர்த் திறமைசாலிகள் ஐசிஎல் போட்டிகளில் கலந்துகொள்வார்கள் எனத் தகவல் வெளியானது.

இந்த வீரர்கள், மொத்தம் ஆறு அணிகளாகப் பிரிக்கப்படுவார்கள்.

ஒவ்வொரு அணியும், மற்ற அணிகளுடன் மோதி, இறுதிச் சுற்றில் வெற்றி பெறுகிறவர்களுக்குக் கோப்பை, முதல் பரிசு நான்கு கோடி ரூபாய்க்கு மேல்.

போதாதா? இந்திய அணியில் சேர்ந்து விளையாட விரும்பி, வாய்ப்புக் கிடைக்காத பல உள்ளூர் வீரர்கள் ஐசிஎல்லில் தஞ்சமடைந்தார்கள். ஓய்வு பெற்றுவிட்ட, அல்லது ரிடையராகும் நிலையில் இருக்கிற பல வெளிநாட்டு வீரர்கள், கூடுதல் வருமானத்துக்கு இது ஒரு வழி என்று ஐசிஎல்லில் இணைய முடிவெடுத்தார்கள்.

'ஐசிஎல் வெறும் பொழுதுபோக்கு அமைப்பு அல்ல' என்றார் சுபாஷ் சந்திரா. இதன்சார்பில், நாடுமுழுவதும் கிரிக்கெட் அகாதமிகள் அமைத்து, புதுத் திறமைகளைக் கண்டறிந்து வெளிக்கொண்டுவருவதாக அறிவித்தார் அவர்.

சுபாஷ் சந்திரா இப்படித் தனிக் கட்சி தொடங்கியதும், ஐசிசி, பிசிசிஐக்குப் பிரச்னையாகிவிட்டது, 'ஐசிஎல்லில் விளையாடுகிறவர்களுக்கு வாழ்நாள் தடை விதிப்போம்' என்று மிரட்டினார்கள், 'ஐசிஎல் போட்டிகளுக்கு விளம்பரம், ஆதரவு கொடுக்கும் நிறுவனங்களுக்கு, மற்ற கிரிக்கெட் போட்டிகளின்போது பிரச்னை காத்திருக்கிறது' என்றார்கள்.

இதுபோன்ற நெருக்கடிகளை, சுபாஷ் சந்திரா கடுமையாக எதிர்த்தார். 'ஒரு நாட்டில் ஒரு கிரிக்கெட் வாரியம்தான் இருக்கவேண்டுமா? அந்த ஓர் அமைப்புதான், அந்நாட்டு கிரிக்கெட்டின் தலைவிதியை நிர்ணயிக்கமுடியுமா?' என்கிற அவருடைய கேள்வி, நியாயமானதுதான்.

ஆனால் அதற்காக, இந்தியாவில் இப்படி 'பொம்மை கிரிக்கெட்' எல்லாம் சரிப்படுமா என்று பலர் கேள்வி எழுப்பினார்கள். 'ஜீ ஸ்போர்ட்ஸைப் பிரபலப்படுத்துவதற்காக, சுபாஷ் சந்திரா இப்படி ஒரு கமர்ஷியல் உத்தியைப் பயன்படுத்துகிறார்' என்று சிலர் குற்றம் சாட்டினார்கள்.

'அது உண்மைதான்' என்று ஒப்புக்கொண்டார் சுபாஷ் சந்திரா, 'அதனால் என்ன தப்பு? பிசிசிஐயும் ஒரு கமர்ஷியல் நிறுவனம்தானே.'

இப்படி விவாதம் பெரியதாகிக்கொண்டிருந்த சூழ்நிலையில், ஐசிஎல்க்குப் போட்டியாக, பிசிசிஐயும் ஓர் உள்ளூர்க் கிரிக்கெட் போட்டித் தொடரை அறிவித்தது. அதன் பெயர், 'ஐபிஎல்' *(IPL - Indian Premier League).*

ஐசிஎல்லுடன் ஒப்பிடும்போது, ஐபிஎல்லில் ஏகப்பட்ட நட்சத்திர வீரர்கள் கலந்துகொண்டார்கள். ஆகவே, சுபாஷ் சந்திராவின் ஐசிஎல் எதிர்பார்த்த வெற்றியை ருசிக்காமல் சுருண்டு படுத்துவிட்டது.

பிசிசிஐயின் இந்த எதிர்வினையை, சுபாஷ் சந்திரா ஏற்கெனவே எதிர்பார்த்திருந்ததாகச் சொல்கிறார், 'ஆனால், ஐசிஎல்போன்ற ஒரு விஷயம் வந்தபிறகுதான், பிசிசிஐ தனது வழக்கமான சிந்தனையை விட்டு வெளியே வந்திருக்கிறது, இதன்மூலம், வருங்காலத்தில், இந்தியாவில் கிரிக்கெட் கையாளப்படும் விதம் மாறும், ஒழுங்கு, Professionalism வரும், எதிர்காலத்தில், எங்களைப்போல் அநியாயமாக யாருக்கும் கிரிக்கெட் ஒளிபரப்பு வாய்ப்புகள் மறுக்கப்படாது.'

இந்த ஒரு காரணத்துக்காக, பலர் சுபாஷ் சந்திராவை ஆதரிக்கிறார்கள். ஐபிஎல்லுடன் ஒப்பிடுகையில், ஐசிஎல் சுபாஷ் சந்திராவுக்குப் படு தோல்விதான். ஆனால் ஒருவேளை, ஐசிஎல், அதைத் தொடர்ந்த பிரச்னைகளால் பிசிசிஐயின் செயல்பாடுகள் ஒழுங்கு வடிவம் பெற்றுவிட்டால், அதுதான் இந்திய கிரிக்கெட்டுக்கு சுபாஷ் சந்திரா செய்த மிகப் பெரிய சேவையாக இருக்கும்!

17. லட்சியம்

‘சுபாஷ் சந்திரா’ என்றதும், பலர் உடனடியாக, ‘ஜீ டிவி தலைவர்தானே?’ என்கிறார்கள்.

ஆனால் உண்மையில், இது ஒன்றுமட்டும் அவருடைய அடையாளம் அல்ல. சுபாஷ் சந்திராவின் தொழில் முயற்சிகள் பல திசைகளில் பரந்து விரிந்திருக்கின்றன. அவற்றில் ஜீ நிறுவனத் தொலைக்காட்சிகளின் பங்கு, மிகக் குறைவுதான்.

ஜீ தவிர, சுபாஷ் சந்திராவின் மற்ற தொழில் நிறுவனங்களில், முக்கியமானவற்றைமட்டும் இங்கே சுருக்கமாகப் பார்க்கலாம்:

★ *Essel Propack:* பிளாஸ்டிக் / லாமினேஷன் பேக்கேஜிங் துறையில் ஈடுபட்டுவரும் உலகின் நம்பர் 1 நிறுவனம்

★ *Essel World / Water Kingdom:* மும்பைக்கு வெளியே உள்ள உல்லாசப் பூங்கா

★ *DNA:* ‘தைனிக் பாஸ்கர்’ குழுமத்துடன் இணைந்து, சுபாஷ் சந்திரா தொடங்கியிருக்கும் செய்தித்தாள், மும்பையில் பெரும் பரபரப்பை ஏற்படுத்திய *DNA*, தற்போது மற்ற நகரங்களிலும் கால் பதிக்கத் தொடங்கியிருக்கிறது

★ *Dish Tv:* வீடுகளுக்கு சாடிலைட் சேனல்களைக் கொண்டுசெல்லும் *DTH* சேவை வழங்கும் நிறுவனம்

★ *Agrani Telecom Limited:* அரசு, ராணுவம், இதர பாதுகாப்பு அமைப்புகளுக்குத் தொலைத்தொடர்பு சாதனங்கள், சேவைகளை வழங்கும் நிறுவனம்

★ *Playwin:* 'ஆன்லைன் லாட்டரி' சேவை வழங்கும் நிறுவனம்

★ *Zee Records:* இசைத் தட்டுகள் தயாரிப்பு / வெளியீட்டு நிறுவனம்

★ *Kidzee:* இந்தியாவின் மிகப் பெரிய 'மழலையர் பள்ளி' நிறுவனம்

★ *Suncity Projects:* வீடுகள் / அலுவலகங்கள் / கடைகள் போன்றவற்றைக் கட்டி விற்பனை செய்யும் 'ரியல் எஸ்டேட்' நிறுவனம்

இவைதவிர, 'ஏகல் வித்யாலயா' *(Ekal Vidyalaya)* என்ற பெயரில் நாடுமுழுவதும் 'ஓர் ஆசிரியர் பள்ளி'களை அமைத்து, அடிப்படைக் கல்வி பெற்றோர் சதவிகிதத்தை அதிகரிக்கப் பாடுபடும் சேவை நிறுவனம் ஒன்றையும் முன்னின்று நடத்திவருகிறார் சுபாஷ் சந்திரா. 'பிரெயின் ட்ரஸ்ட் ஆஃப் இந்தியா' *(Brain Trust Of India)* என்ற பெயரில் மழலை மேதைகளைக் கண்டறிந்து ஊக்குவிக்கும் அமைப்பு ஒன்றும் அவரது வழிகாட்டுதலில் இயங்கிவருகிறது.

இதுபோன்ற சேவைப் பணிகளுக்காக, தனிப்பட்டமுறையில் சுபாஷ் சந்திரா வழங்கும் நன்கொடைகள்தவிர, தனது 'எஸ்ஸெல் குழும' நிறுவனங்களின் சார்பிலும் நிறைய நலத்திட்டப் பணிகளை நிறைவேற்றிவருகிறார். அவரது தலைமையில் இயங்கும் நிறுவனங்கள், ஒவ்வோர் ஆண்டும் சுமார் நூறு கோடி ரூபாய்களைச் சேவைப் பணிகளுக்காக ஒதுக்குகின்றன.

சுபாஷ் சந்திராவுக்கு இப்போது வயது, 58. பெரும்பாலான இந்தியர்கள் ஓய்வு பெறும் வயது.

இதைக் கணக்கிட்டு, சில ஆண்டுகளுக்கு முன்பே தனது நிறுவனத்தின் அடுத்தகட்டத் தலைவர்களை உருவாக்கத் தொடங்கிவிட்டார் சுபாஷ் சந்திரா. 2005ம் ஆண்டு, அவருடைய மகன் புனித் கோயங்கா எஸ்ஸெல் குழும நிறுவனங்களின் மேலாண்மை இயக்குனராகத் தேர்ந்தெடுக்கப்பட்டார்.

இன்னொரு மகன் அமித் கோயங்காவும், ஜீ குழுமத்தில் முக்கியப் பங்கு வகிக்கிறார். பொழுதுபோக்கு, கல்வி சார்ந்த 'இன்ஃபோடெய்ன்மென்ட்' *(Infotainment)* விஷயங்களைக் கவனித்துக்கொள்கிறார் இவர்.

சுபாஷ் சந்திராவுக்கு, வாரிசு அமைப்பில் நம்பிக்கை இல்லை. தகுதி உள்ளவர்கள்தான் பொறுப்புகளை ஏற்கவேண்டும் என்பதை அடிக்கடி வலியுறுத்திச் சொல்கிறவர் அவர்.

அதேசமயம், எந்த ஒரு நிறுவனத்திலும் அதிக முதலீடு செய்திருக்கிறவர்களுக்குதான், அந்நிறுவனம் நன்கு செயல்படவேண்டும் என்கிற அக்கறை கூடுதலாக இருக்கும். அந்தவிதத்தில், தனக்குப்பிறகு தன் மகன்கள் எஸ்ஸெல் குழும நிறுவனங்களை வழிநடத்துவதுதான் சரியாக இருக்கும் என நினைக்கும் சுபாஷ் சந்திரா, அந்தப் பொறுப்புக்குத் தேவையான தகுதிகளை அவர்கள் வளர்த்துக்கொள்ளவேண்டும் என்பதிலும் கண்டிப்பாக இருந்திருக்கிறார். அவரது இரு மகன்களும், நிறுவனத்தில் சாதாரண ஊழியர்களாகச் சேர்ந்து, படிப்படியாக அனுபவம் பெற்று முன்னுக்கு வந்தவர்கள்தான்.

தொலைக்காட்சி / ஊடகத் தொழிலைப் பொறுத்தவரை, சுபாஷ் சந்திரா காலத்துடன் ஒப்பிடுகையில், அவருடைய மகன்களுக்குப் பெரிய சவால்கள் காத்திருக்கின்றன. ஏனெனில், இப்போதெல்லாம் மக்கள் ஒரே தொலைக்காட்சியின் ரசிகர்களாக, வெறியர்களாக இருப்பதில்லை. ஏதேனும் சரியில்லை என்றால், ஒரு பொத்தானில் வேறு சானலுக்கு மாறிவிடுகிறார்கள்.

ஆகவே, ஜெயிக்கவேண்டுமானால், ஒரு வருடம், இரண்டு வருடம் கஷ்டப்பட்டால் போதாது, நல்ல நிகழ்ச்சிகளைத் தொடர்ந்து கொடுத்துக்கொண்டே இருக்கவேண்டும்.

'எதிர்காலத்தில், ஜீ ஓர் உலக நிறுவனமாக இயங்கும்' என்கிறார் சுபாஷ் சந்திரா, இதற்கு ஒரு முன்னோட்டமாக, ஏற்கெனவே ரஷ்யா, இந்தோனேஷியா உள்ளிட்ட பல நாடுகளில் சுறுசுறுப்பாக இயங்கிவருகிறது ஜீ குழுமம்.

ஆனால், சுபாஷ் சந்திராவுக்கு இதெல்லாம் போதாது. அவருடைய இன்னொரு வெற்றி நிறுவனமான 'எஸ்ஸெல் ப்ரோபேக்' போலவே, 'ஜீ'யும் உலகின் 'டாப்' ஊடக நிறுவனங்களில் ஒன்றாகவேண்டும். அதுதான் சுபாஷ் சந்திராவின் வருங்காலக் கனவு!

★★★

பின்னிணைப்பு 1:
கால வரிசை

1950: சுபாஷ் சந்திரா பிறப்பு (நவம்பர் 30)

1967: குடும்பத் தொழிலில் நஷ்டம், கடன், பொறியியல் படிப்பைப் பாதியில் நிறுத்திவிட்டு, தந்தை, தாத்தாவுக்கு உதவியாகத் தொழிலில் ஈடுபடுகிறார் சுபாஷ் சந்திரா

1976: ஃபுட் கார்ப்பரேஷன் ஆஃப் இந்தியா நிறுவனத்தின் மாவட்ட மேலாளர் அறிமுகம், சுபாஷ் சந்திராவுடன் இணைந்து பணிபுரியத் தீர்மானிக்கிறார்

'ரமா அசோசியேட்ஸ்' உணவு ஏற்றுமதி நிறுவனம் தொடங்குகிறார் சுபாஷ் சந்திரா

1981: அரசு அனுமதியுடன், சோவியத் யூனியனுக்குத் தேவையான உணவுப் பொருள்களை ஏற்றுமதி செய்யத் தொடங்குகிறார் சுபாஷ் சந்திரா, நல்ல லாபம், குடும்பக் கடன்கள் அடைகின்றன, புதிய முதலீடுகளில் ஈடுபடுகிறார்

1984: 'எஸ்ஸெல் பேக்கேஜிங்' நிறுவனம் தொடங்குகிறார் சுபாஷ் சந்திரா, அடுத்த ஐந்து ஆண்டுகளுக்கு இந்நிறுவனம் தொடர்ந்து நஷ்டத்தைச் சந்திக்கிறது

1989: மும்பை அருகே 'எஸ்ஸெல் வேர்ல்ட்' உல்லாசப் பூங்கா தொடங்குகிறார் சுபாஷ் சந்திரா, மக்களிடையே இதற்குப் போதுமான வரவேற்பு இல்லை

1991: இந்தியாவில் சாடிலைட் சேனல்கள் அறிமுகம்

'ஸ்டார்' நிறுவனச் செயல்தலைவர் ரிச்சர்ட் லீயைச் சந்தித்து, புதிய ஹிந்தி மொழி சாடிலைட் சேனல் தொடங்குவதுபற்றிப் பேசுகிறார் சுபாஷ் சந்திரா, பேச்சுவார்த்தை தோல்வி

1992: ரிச்சர்ட் லீ மீண்டும் சுபாஷ் சந்திராவைத் தேடி வருகிறார், புதிய சேனல் தொடங்கும் வேலைகள் மும்முரமாகின்றன

ஜீ டெலிஃப்லிம்ஸ் லிமிடெட் நிறுவனம் தொடங்கப்படுகிறது (செப்டம்பர் 8)

இந்தியாவின் முதல் தனியார் சாடிலைட் சேனல் 'ஜீ டிவி' உதயம் (அக்டோபர் 2)

1993: ஜீ டிவி' லாபகரமாக இயங்கத் தொடங்குகிறது, இந்தியாவின் நம்பர் 1 அந்தஸ்தைப் பிடிக்கிறது.

ஜீ டெலிஃபிலிம்ஸ்' பங்குமார்க்கெட்டில் தனது பங்குகளை வெளியிட்டுப் பொது நிறுவனமாகிறது, இதன்மூலம் நூறு கோடி ரூபாய் திரட்டப்படுகிறது.

'எஸ்ஸெல் பேக்கேஜிங்' இந்தியாவுக்கு வெளியே கால்பதிக்கிறது (எகிப்து).

ரூபர்ட் முர்டாக் ஸ்டார் நிறுவனத்தை வாங்குகிறார், சுபாஷ் சந்திராவுடன் இணைந்து பணியாற்ற ஒப்பந்தம்.

1996: 'சிடி கேபிள்' என்ற பெயரில், கேபிள் தொலைக்காட்சிகளுக்கான நெட்வொர்க் ஒன்றைத் தோற்றுவிக்கிறார் சுபாஷ் சந்திரா

ஸ்டார் நிறுவனம், தனது ஒப்பந்தத்தை மீறி, ஹிந்தி நிகழ்ச்சிகளைத் தயாரிக்கிறது, ஜீ டிவியுடன் நேரடிப் போட்டியில் இறங்குகிறது.

1998: ஜீ டிவி - ஸ்டார் நிறுவனங்களுக்கு எதிரான வழக்கைத் தொடர்ந்து, இருவரும் தனித்தனியே பணியாற்றத் தீர்மானிக்கிறார்கள்.

‘எஸ்ஸெல் வேர்ல்ட்’ உடன், ‘வாட்டர் கிங்டம்’ தண்ணீர் பூங்கா இணைகிறது

ஜீ டிவி அமெரிக்காவில் கால் பதிக்கிறது

1999: இந்த ஆண்டு, சுபாஷ் சந்திரா பெற்ற மூன்று முக்கியமான விருதுகள்:

‘Entrepreneur Of The Year’ By Ernst & Young

'Businessman of The Year' By Business Standard

‘Enterprise CEO Of The Year’ By International Brand Summit

1999-2000: ஸ்டார் ஹிந்தி சானலின் அதிவேக வளர்ச்சியைத் தாக்குப்பிடிக்கமுடியாமல் ஜீ டிவி பின்தங்குகிறது

2000: ‘எஸ்ஸெல் பேக்கேஜிங்’ நிறுவனம், ‘ப்ரோபேக்’ நிறுவனத்துடன் இணைந்து, ‘எஸ்ஸெல் ப்ரோபேக்’ உதயம், இது, உலகின் மிகப் பெரிய பிளாஸ்டிக் லாமினேஷன் நிறுவனமாகிறது

உலகக் கிரிக்கெட் போட்டிகளின் ஒளிபரப்பு உரிமைக்கான ஏலத்தில் கலந்துகொண்டு தோல்வியடைகிறார் சுபாஷ் சந்திரா

2003: ஜீ குழுமத்தின் DTH சேவை ‘டிஷ் டிவி’ தொடங்கப்படுகிறது

எஸ்ஸெல் குழுமத்தின் இன்னோர் அங்கமாக, ‘ப்ளேவின்’ நவீன ஆன்லைன் லாட்டரிகள் அறிமுகம்

2004: இந்திய கிரிக்கெட் போட்டிகளின் ஒளிபரப்பு உரிமைக்கான ஏலத்தில் கலந்துகொண்டு வெற்றி பெறுகிறார் சுபாஷ் சந்திரா

‘ஜீ ஸ்போர்ட்ஸ்’ விளையாட்டு சேனல் உதயம்

இந்திய கிரிக்கெட் போட்டிகளை ஒளிபரப்பும் உரிமை சுபாஷ் சந்திராவுக்கு வழங்கப்பட்டது செல்லாது என வழக்குத் தொடுக்கப் படுகிறது, இந்திய கிரிக்கெட் வாரியம் இந்த ஏலத்தையே ரத்து செய்துவிடுகிறது

ஹிந்தி மொழிப் பொழுதுபோக்கு சேனல்கள் வரிசையில், ஜீ டிவி மூன்றாம் நிலைக்குத் தள்ளப்படுகிறது

ஜீ குழுமத்தின் மேலாண்மைப் பணிகளை சுபாஷ் சந்திரா, அவரது மகன் கோயங்கா நேரடியாகக் கவனிக்கத் தொடங்குகிறார்கள், மாற்றங்கள் தெரிய ஆரம்பிக்கின்றன

FICCI வழங்கும் 'Global Indian Entertainment Personality Of The Year' விருது பெறுகிறார் சுபாஷ் சந்திரா

2005: 'தைனிக் பாஸ்கர்' குழுமத்துடன் இணைந்து, 'DNA' என்ற செய்தித்தாளைத் தொடங்குகிறார் சுபாஷ் சந்திரா

2006: மூன்றாவதுமுறையாக, கிரிக்கெட் போட்டிகளின் ஒளிபரப்பு உரிமையைப் பெற முயன்று தோல்வியடைகிறார் சுபாஷ் சந்திரா

2007: சுபாஷ் சந்திராவின் மாற்று கிரிக்கெட், 'ஐசிஎல்' போட்டிகள் அறிமுகம், பரபரப்பு.

ஜீ டிவி தனது இழந்த முதல் இடத்தை மீண்டும் பிடிக்கிறது, அதன் பார்வையாளர் எண்ணிக்கை 23 சதவிகிதமாக உயர்ந்திருக்கிறது

பின்னிணைப்பு 2:
நன்றிகள், ஆதாரங்கள்

நூல்கள்:

- Men of Steel - Vir Sanghvi - Roli Books – 2007
- Smart Leadership - Gita Piramal, Jennifer Netarwala - Penguin Portfolio - 2005
- The Murdoch Mission - Wendy Goldman Rohm - John Wiley & Sons, Inc., - 2002

கட்டுரைகள்:

- Subhash Chandra Interview - Mohan Nair - The Economic Times - 1994
- Subhash Chandra Interview - Saira Menezes - Outlook - 1996
- The Noble Silence - Sangeeta Karia - India Today - 1998
- The rise and rise of Subhash Chandra and Zee Telefilms - Nikhil Faleiro - Rediff - 1999
- A Few Moments Of Leisure - Piali Banerjee - The Hindu Folio - 1999
- The Faces Of India's Future - Romesh Ratnesar - Time - 2000
- The Great India Media Bazaar - N Ram - From The Book Titled "India: Another Millenium?" (Editor: Romila Thaper) - Penguin Books - 2000
- Nine Masters Are On A Winning Spree - B L Kak - Daily Excelsior - 2000

- The Big Squeeze - Abir Pal - Business Today - 2002
- Chandra Anchors The Show - Nandini Lakshman, Anusha Subramanian - Rediff - 2002
- Powerpack: How to be global No 1 - Swaminathan S. Anklesaria Aiyar - The Times Of India - 2003
- School Scan - BS Research Bureau - Business Standard - 2003
- Getting Toothpaste In The Tube - Deborah Orr - Forbes - 2003
- Perform Or Perish - Brian Carvalho - Business Today - 2003
- Murdoch Vs Ambani Vs Chandra - R Sukumar - Business Today - 2004
- Subhash Chandra Interview - Anjan Mitra - Indiantelevision.com - 2005
- A Hard Day's Life - Kishore Singh - Business Standard - 2005
- How Zee Scripted Its Own Success Story - Shobhana Subramanian - Rediff - 2006
- Subhash Chandra Interview - Sanjay Pugalia - Indiantelevision.com - 2006
- Star India: Life Beyond Television - Vanita Kohli-Khandekar - Business World - 2006
- Zee Telefilms: Back In Business - Vanita Kohli-Khandekar - Business World - 2006
- Who's Next? - Anand Adhikari - Business Today - 2006
- Ten In Zee Net - Tariq Engineer, Purvita Chatterjee - The Hindu Business Line - 2006
- Subhash Chandra On Zee, DNA & Essel - Shuchi Bansal - Rediff - 2007
- In The Name Of The Father - Anusha Subramanian - Business Today - 2007
- I Admire - Alok Kejriwal - The Financial Express - 2007
- Subhash Chandra's Risky Gamble - Bhupesh Bhandari, Shuchi Bansal - Rediff - 2007

- A Journey From Ignorance To Bliss - Subhash Chandra - ignorancetobliss.blogspot.com - 2008
- Lights, Camera, Blackout - Shantanu Guha Ray - Tehelka - 2008

வானொலி / தொலைக்காட்சி நிகழ்ச்சிகள்:

- Business Legends: Media Mogul - Gita Piramal / Victor Banerjee - CNBC TV18 - 2006
- Being Subhash Chandra - Anuradha SenGupta - IBN Live - 2007

இணையதளங்கள்:

- http://www.esselgroup.com/
- http://www.zeetelevision.com/
- http://www.esselpropack.com/
- http://archives.digitaltoday.in/businesstoday/20061022/books.html
- http://archives.digitaltoday.in/businesstoday/20061022/people.html
- http://archives.digitaltoday.in/businesstoday/20061217/cover1.html
- http://archives.digitaltoday.in/indiatoday/20050221/power8.html
- http://businesstoday.digitaltoday.in/in-the-name-of-the-father-7.html
- http://economictimes.indiatimes.com/News/News_By_Industry/Media___Entertainment_/Star_losing_its_twinkle_to_Zee/articleshow/2231901.cms
- http://edition.cnn.com/2007/BUSINESS/03/19/boardroom.chandra/index.html
- http://findarticles.com/p/articles/mi_hb4895/is_199401/ai_n17987433
- http://findarticles.com/p/articles/mi_m0UKG/is_2000_Jan_17/ai_59038613
- http://grch.wordpress.com/2008/02/23/eight-years-on-a-decision-returns-to-bother-the-icc/
- http://groups.google.com/group/alt.fan.jai-maharaj/browse_thread/thread/b202d33e94b23e6b/5b35cd92402e1e66?hl=en&lnk=st&q=subhash+chandra+zee#5b35cd92402e1e66
- http://groups.google.com/group/bit.listserv.india-d/browse_thread/thread/613718ec2658e7cb/705027037c2ca550?hl=en&lnk=st&q=subhash+chandra+zee#705027037c2ca550

- http://groups.google.com/group/misc.news.southasia/browse_thread/thread/5392af74a876a9e0/3f3407f7dde3fd44?hl=en&lnk=st&q=-subhash+chandra+zee#3f3407f7dde3fd44
- http://groups.google.com/group/rec.arts.movies.local.indian/browse_thread/thread/749b2833cade0115/da4e24d55bb2af7d?hl=en&lnk=st&q=sub-hash+chandra+zee#da4e24d55bb2af7d
- http://groups.google.com/group/soc.culture.bengali/browse_thread/thread/2ea34532d54a648e/8df204c84e48b00c?hl=en&lnk=st&q=-subhash+chandra+zee#8df204c84e48b00c
- http://groups.google.com/group/soc.culture.indian/browse_thread/thread/34b783eb1e5cff54/ce8cc1c099f9c883?hl=en&lnk=st&q=sub-hash+chandra+zee#ce8cc1c099f9c883
- http://groups.google.com/group/soc.culture.indian/browse_thread/thread/4c4aab828462801d/992b0f96e4c2ff2e?hl=en&lnk=st&q=subhash+chand ra+zee#992b0f96e4c2ff2e
- http://groups.google.com/group/soc.culture.indian/browse_thread/thread/676e159d5ba44c55/f684fbb1f6bf6a27?hl=en&lnk=st&q=sub-hash+chandra+zee#f684fbb1f6bf6a27
- http://groups.google.com/group/soc.culture.indian/browse_thread/thread/be9b7d0bcef48025/b77a5dcfa558ec0c?hl=en&lnk=st&q=subhash+chan-dra+zee#b77a5dcfa558ec0c
- http://groups.google.com/group/soc.culture.indian/browse_thread/thread/c31f04ec81a20122/66de8d1b1f18c8af?hl=en&lnk=st&q=subhash+chan-dra+zee#66de8d1b1f18c8af
- http://groups.google.com/group/soc.culture.indian/browse_thread/thread/d4b426828de493a0/09063a0df73179a7?hl=en&lnk=st&q=subhash+chan-dra+zee#09063a0df73179a7
- http://groups.google.com/group/soc.culture.pakistan/browse_thread/thread/a1c08b9a4de649df/f64b608ea5cfb604?hl=en&lnk=st&q=sub-hash+chandra+zee#f64b608ea5cfb604
- http://ignorancetobliss.blogspot.com/2008_02_01_archive.html
- http://in.rediff.com/money/2007/may/22inter1.htm
- http://news.oneindia.in/2007/01/25/tara-devi-behind-great-success-of-zee--sukhbir-badal-1169739466.html

- http://newshopper.sulekha.com/newscomments/2008/06/path-to-no-where-leads-to-success.htm
- http://pigmediacraft.sulekha.com/blog/post/2007/12/inspiring-business-men-of-india.htm
- http://quizclub.blogspot.com/2007_05_01_archive.html
- http://rediff.co.in/money/2007/sep/22lottery.htm
- http://specials.rediff.com/money/2005/sep/15sld6.htm
- http://thoughtsintamil.blogspot.com/2007/08/blog-post_07.html
- http://timesofindia.indiatimes.com/articleshow/35845288.cms
- http://web.archive.org/web/20041127181313/www.businessworldindia.com/Print.aspx?ArticleId=131
- http://www.apsattv.com/history/september2004.html
- http://www.bharatentrepreneurs.com/2008/03/09/subhash-chandra-the-busy-beezee/
- http://www.business-standard.com/special/billion/2003/school.htm
- http://www.business-standard.com/special/billion/2005/bill05_01.htm
- http://www.business-standard.com/special/billion/2005/bill05_07.htm
- http://www.businessworld.in/index.php/Back-in-Business.html
- http://www.businessworldindia.com/May0806/coverstory01.asp
- http://www.cscsarchive.org/MediaArchive/essays.nsf/(docid)/FB06E75D-1E9D1117E5256C7B005D88C2
- http://www.dailyexcelsior.com/00jan01/edit.htm
- http://www.domain-b.com/companies/companies_e/essel_propack/20020422_contract.html
- http://www.domain-b.com/people/profiles/20040924_jagmohan_dalmiya.html
- http://www.financialexpress.com/news/I-Admire/245674/
- http://www.forbes.com/global/2003/1027/042_print.html
- http://www.forbes.com/lists/2006/10/ZMYU.html
- http://www.hinduonnet.com/folio/fo9905/99050460.htm
- http://www.hvk.org/articles/1007/90.html

- http://www.ibnlive.com/printpage.php?id=49210&section_id=3
- http://www.iipm.edu/iipm-editorial-126.html
- http://www.iipm.edu/iipm-editorial-504.html
- http://www.iloveindia.com/indian-heroes/subhash-chandra.html
- http://www.india-forums.com/forum_posts.asp?TID=249583
- http://www.india-forums.com/forum_posts.asp?TID=851349
- http://www.india-inc.in/Subhash-Chandra.html
- http://www.indianetzone.com/4/zee_sports.htm
- http://www.indianexpress.com/res/web/ple/ie/daily/19981116/32051474.html
- http://www.indiantelevision.com/interviews/y2k5/executive/subhash_chandra.htm
- http://www.indiantelevision.com/interviews/y2k6/executive/subhash_chandra.htm
- http://www.indiantelevision.com/special/tellyscope/y2k6/apr/tscope11.htm
- http://www.india-today.com/btoday/20020707/features3.html
- http://www.india-today.com/btoday/20030706/cover1.html
- http://www.india-today.com/btoday/22051998/market.html
- http://www.india-today.com/iplus/1998_3/index.html
- http://www.mapsofindia.com/who-is-who/news-media/subhash-chandra.html
- http://www.moneycontrol.com/india/newsarticle/news_print.php?autono=235428&sr_no=4
- http://www.moneycontrol.com/stocks/company_info/chairmans_speech.php?sc_did=ZEE
- http://www.mumbai-central.com/nukkad/feb2000/msg00101.html
- http://www.rediff.com/business/1999/sep/25zee.htm
- http://www.rediff.com/cricket/2004/sep/29dal.htm
- http://www.rediff.com/cricket/2005/feb/24timeline.htm
- http://www.rediff.com/millenni/gita.htm

- http://www.rediff.com/money/2002/oct/27bizsp.htm
- http://www.rediff.com/money/2006/dec/26spec.htm
- http://www.rediff.com/money/2007/apr/06spec.htm
- http://www.richardli.com/bio.html
- http://www.scmp.com/vgn-ext-templating/v/index.jsp?vgnextoid=-99c801a49ea02110VgnVCM100000360a0a0aRCRD&s=Archive
- http://www.swaminomics.org/articles/20031005_global1.htm
- http://www.tehelka.com/story_main39.asp?filename=Ne050708coverstory.asp
- http://www.televisionpoint.com/news/newsfullstory.php?id=1113825796
- http://www.televisionpoint.com/news2007/newsfullstory.php?id=1180206044
- http://www.thehindu.com/2006/10/21/stories/2006102105341300.htm
- http://www.thehindu.com/biz/2008/03/24/stories/2008032450091500.htm
- http://www.thehindubusinessline.com/2004/09/23/stories/2004092303010100.htm
- http://www.thehindubusinessline.com/catalyst/2006/11/23/stories/2006112300020100.htm
- http://www.thesundayindian.com/03062007/storyd.asp?sid=1135&pageno=1
- http://www.time.com/time/specials/2007/printout/0,29239,1652689_1652372_1652369,00.html
- http://www.tribuneindia.com/1999/99jan03/sunday/filmtv.htm
- http://www.tribuneindia.com/1999/99sep19/edit.htm
- http://www.tribuneindia.com/2001/20010414/edit.htm

பிற:

- Essel Group: An Overview - Corporate Presentation – 2007
- Dish Tv India Limited: IPO Prospectus – 2008

★★★

தெளிவான எழுத்தும் ஆழமான ஆய்வும் நிறைந்த நூல்களுக்காகத் தமிழ் வாசகர்களிடையில் நன்கு அறியப்பட்டுள்ள என். சொக்கன் புனைவு, வாழ்க்கை வரலாறு, நிறுவன வரலாறு, தன்னம்பிக்கை, சிறுவர் இலக்கியம் உள்ளிட்ட துறைகளில் இதுவரை எழுபதுக்கும் மேற்பட்ட நூல்கள், நூற்றுக்கணக்கான கதைகள், கட்டுரைகளை எழுதியுள்ளார். விரிவான ஆய்வுகள், சான்றுகளின் அடிப்படையிலான ஆழமான வரலாற்று நூல்களைத் தமிழில் எழுத இயலும், அவற்றைப் பெரும்பான்மை வாசகர்களுக்குக் கொண்டுசேர்க்கவும் இயலும் என்பதைப் பலமுறை நிரூபித்த எழுத்து வகை இவருடையது.

தமிழ், ஆங்கிலம் ஆகிய இரு மொழிகளிலும் எழுதும் சொக்கனுடைய நூல்கள் ஹிந்தி, கன்னடம், மலையாளம் உள்ளிட்ட பல மொழிகளில் மொழிபெயர்ப்பாகியுள்ளன.

www.ingramcontent.com/pod-product-compliance
Lightning Source LLC
LaVergne TN
LVHW100301051026
849517LV00006B/2161
* 9 7 8 9 3 9 3 8 8 2 5 4 7 *